महाराष्ट्रातील प्रसिद्ध सरदार घराणी

शिवकाल   पेशवेकाल

डॉ. म. रा. कुलकर्णी

AA000841

डायमंड पब्लिकेशन्स

महाराष्ट्रातील प्रसिद्ध सरदार घराणी
डॉ. म. रा. कुलकर्णी

Maharashtratil Prasidha Sardar Gharani
Dr. M. R. Kulkarni

प्रथम आवृत्ती : १५ ऑक्टोबर २००९

ISBN : 978-81-8483-187-0

© डायमंड पब्लिकेशन्स

अक्षरजुळणी
डायमंड पब्लिकेशन्स, पुणे

मुखपृष्ठ
शाम भालेकर

मुद्रक
Repro India Ltd, Mumbai.

प्रकाशक
डायमंड पब्लिकेशन्स
२६४/३ शनिवार पेठ, ३०२ अनुग्रह अपार्टमेंट
ओंकारेश्वर मंदिराजवळ, पुणे-४११ ०३०
☎ ०२०-२४४५२३८७, २४४६६६४२
info@diamondbookspune.com

ऑनलाईन पुस्तक खरेदीसाठी भेट द्या
www.diamondbookspune.com

प्रमुख वितरक
डायमंड बुक डेपो
६६१ नारायण पेठ, अप्पा बळवंत चौक
पुणे-४११ ०३० ☎ ०२०-२४४८०६७७

मनोगत

सर्व इतिहासप्रेमी वाचकांसमोर 'महाराष्ट्रातील प्रसिद्ध सरदार घराणी' हा अत्यंत माहितीपूर्ण तसाच रंजक छोटेखानी ग्रंथ सादर करताना विशेष आनंद होत आहे. संयुक्त महाराष्ट्र राज्य अस्तित्वात येऊन पाहता पाहता पन्नास वर्षे झाली. त्याचा वेगळा लेखाजोखा सरकारी पातळीवर योग्यवेळी घेतलाही जाईल. पण वाङ्मयीन स्तरावर त्या निमित्ताने काय करता येईल याचा विचार डायमंड पब्लिकेशन्समध्ये सुरू झाला. महाराष्ट्राच्या विविध पैलूवर प्रकाश टाकणाऱ्या या ग्रंथात इतिहास याही विषयाचा आग्रहाने समावेश करण्यात आला. डायमंड पब्लिकेशन्सचे संचालक श्री. द. गं. पाष्टे यांनी ही जबाबदारी मजवर टाकली. त्याबद्दल त्यांचा मी आभारी आहे.

महाराष्ट्र आणि आचार्य अत्रे यांचे अतूट नातं असल्यामुळे याप्रसंगी त्यांचे स्मरण होणं अपरिहार्य ठरते. संयुक्त महाराष्ट्राच्या संघर्षपर्वातील ते एक बीनीचे सेनानी होते. आपल्या अमोघ आणि घणाघाती भाषणांनी आणि ज्वलंत लेखणीने त्यांनी या चळवळीत प्राण ओतला. प्रतीपक्षाच्या पार चिंध्या उडविल्या. ते अभिमानाने म्हणत. 'भारताच्या इतर प्रांतांना केवळ भूगोल आहे पण महाराष्ट्राला इतिहासही आहे. महाराष्ट्रासंबंधीचे दुसरे प्रसिद्ध वाक्य म्हणजे 'महाराष्ट्र मेला तर जगेल कोण आणि महाराष्ट्र जगला तर मरेल म्हणजे कोण 'जगणं' आणि 'मरणं' या दोन्हीबाबतीत उत्तुंग आदर्श निर्माण करणारा तो महाराष्ट्र! अगदी नेमक्या शब्दात आचार्य अत्रेंनी महाराष्ट्राची ओळख करून दिली आहे. तेव्हा सदर ग्रंथात इतिहासाचा समावेश करावयाचा कसा? ह्यात कशाचा समावेश करावा? यासंबंधी विचार करू लागलो आणि असे ठरविले की स्वराज्य उभारणीच्या कामी आणि त्याच्या विस्ताराच्या कामी ज्यांनी आपले सर्वस्व वेचले. त्यांची ओळख या निमित्ताने भावी पिढ्यास करून द्यावी. यात प्रसिद्ध नरवीरांचा तर समावेश होईलच पण ज्यांचा पराक्रम वा नावनिशी फारशी कोणास माहीत नाही अशा वीरांचाही यात समावेश करावा असे ठरले.

या ग्रंथाचे नाव प्रसिद्ध मराठी सरदार घराणी असून प्रत्यक्षात विविध जाती, पोट-जातीतील नरवीरांचा यात समावेश झालेला पाहून थोडे बुचकळ्यात पडायला होईल तथापि, या ठिकाणी वापरण्यात आलेला 'मराठा' हा शब्द ज्ञाती वाचक नसून

'महाराष्ट्रातील रहिवासी' याअर्थी आलेला आहे. शिवरायांच्या स्वराज्याच्या उपक्रमात ज्यांनी मन:पूत साह्य दिले. भगव्या झेंड्याच्या आन-बान-शान साठी ज्यांनी आपले जीवन तुच्छ मानले. अटकेपार झेंडे रोविले त्या सर्व जाती, पोटजातींच्या वीरांचा 'मराठे' या संज्ञेत समावेश आहे. समर्थ रामदासांनी सुद्धा याच विस्तृत अर्थाने 'मराठा तितुका मेळवावा!' महाराष्ट्र धर्म वाढवावा' असे म्हटले आहे. शिवपूर्वकाल हा आत्मविस्मृति आणि परदास्याचा कालखंड मानला जातो. अनेक कर्तृत्ववान मराठी घराणी आपला पराक्रम सुलतानाच्या चरणी वाहून आपली राजनिष्ठा व्यक्त करण्यात आपणास धन्य मानीत होती. आपण फार तर मोठा सरदार होण्याची महत्त्वाकांक्षा ठेवायची, पण बादशाही मात्र त्यांनीच उपभोगायची. यावनी सत्ता चंद्र-सूर्य असेपर्यंत टिकणारी आहे. आपले सर्वप्रकारचे मनोरथ पूर्ण करण्याचे सामर्थ्य फक्त दिल्लीश्वर किंवा जगदीश्वर यांचे हाती आहे अशी सर्वत्र पराभूत मनोवृत्ती निर्माण झालेली असता साऱ्यांना खडबडून जागे करण्याचे काम शिवरायांनी केले. बादशाहानी मेहेरबानीने दिलेल्या वतने, जहांगिऱ्या, ईनामे, मनसबदाऱ्या स्वीकारण्यात भूषण न मानता, स्वत:च्या पराक्रमाच्या जोरावर महाराष्ट्राची वीतभर जमीन स्वतंत्र करण्याचा प्रयत्न करा त्यात तुम्हाला हौताम्य मिळाले तरी स्वत:ला धन्य माना असा, महामंत्र शिवरायांनी साऱ्या महाराष्ट्राला दिला. पुढे या स्वराज्याचे मराठी साम्राज्यात रूपांतर झाले. मराठी राज्यासाठी तन-मन अर्पण करणाऱ्यांची संख्याही फार मोठी आहे. त्या साऱ्यांचा समावेश या ठिकाणी करणे प्रमाणित वेळेची मर्यादा लक्षात घेता शक्यच नव्हते. शिवकाल ते पेशवाई अखेर पर्यंतच्या काळातील वीरांचा प्रातिनिधीक स्वरूपातील उल्लेख आणि त्याच्या पराक्रमाची ओळख करून देणे शक्य होते. ज्यांच्या वंशावळी न मिळाल्या त्या मिळविण्याचे प्रयत्न अद्यापि चालूच आहेत. पण ज्यांच्या वंशावळी सहजी प्राप्त झाल्या त्या या ग्रंथाच्या शेवटी सोयीसाठी दिल्या आहेत. प्रसिद्ध-अप्रसिद्ध घराण्यांचा समावेश हेतूपूर्वक केलेला आहे. सदर छोटेखानी पुस्तक अधिकाधिक माहितीपूर्ण रंजक तसेच निर्दोष करण्याचा प्रयत्न या ठिकाणी केला गेला आहे एवढे सांगून आणि त्याला वाचकांची पसंदी मिळणारच अशी खात्री बाळगून थोड्या लांबलेल्या मनोगतास येथेच विराम देतो.

डॉ. म. रा. कुलकर्णी

अनुक्रमणिका

हणमंते नारायण त्रिमल
प्रतापराव गुजर
धनाजी जाधव
दत्तवाडकर घोरपडे
मुधोळकर घोरपडे
लाय पाटील
बाजीप्रभू देशपांडे
नेताजी पालकर
अण्णाजी दत्तो (मंत्री)
संभाजी कावजी
फिरंगोजी नरसाळा
मोरोपंत पिंगळे
येसाजी कंक
नावजी बलकवडे
सिलिंबकर
दौलतखान
मायनाक भंडारी
बहिर्जी नाईक
विश्वासराव दिघे

शिवकालीन वंशावळी

पेशवेकाल

दमाजी थोरात
कृष्णराव खटावकर – देशस्थ ब्राह्मण
उदाजी चव्हाण
रंभाजी निंबाळकर
हैबतराव सिलिंबकर देशमुख
चंद्रसेन जाधव
होनाजी बलकवडे
हरिपंत फडके
ग्वाल्हेरचे शिंदे घराणे
दाणी राजेबहाद्र – नारो शंकर

शिवभट साठे
पटवर्धन घराणे
त्रिंबक (मामा) पेठे
हंबीरराव मोहिते (सेनापती)
कृष्णाजी धुळप
कान्होजी भोसला
खंडेराव राजे शिर्के (डेरवणकर)
साळुंखे – पाटणकर (हुजूर वाडेकर)
जोत्याजीराव (जयपालराव) पाटणकर
रामराजा (सातारकर) भोसले
प्रतापसिंह भोसले सातारकर छत्रपती
शंकराजी मल्हार नरगुंदकर
व्यंकटराव प्रभू
महादेवभट गोविंद हिंगणे
रघुनाथराव उर्फ राघोबादादा पेशवा
बाळाजी विश्वनाथ भट श्रीवर्धनकर (पेशवे) देशमुख
बाजीराव बल्लाळ पेशवे
बाळाजी बाजीराव उर्फ नानासाहेब पेशवे
थोरले माधवराव पेशवे
सवाई माधवराव पेशवा
सदाशिवरावभाऊ पेशवे
अंबुजी इंगळे
मानाजी शिंदे (फाकडे)
नेमाजी शिंदे
धारचे पवार घराणे
रामचंद्र गणेश कानडे
सखाराम हरी गुप्ते
त्रिंबकराव दाभाडे
सखाराम बापू बोकील (हिवरेकर)
नागपूरकर भोसले
अलिबहादर (बांद्याचे नवाब)
अंताजी नागेश

अंताजी (बाबूराव) बर्वे
अंताजी माणकेश्वर गंधे
अंताजी रघुनाथ कावळे
अंबाजी त्रिंबक पुरंदरे
आनंदराव रास्ते
आनंदराव सुमंत
बाजीप्रभू महादेव देशपांडे
फत्तेसिंग अक्कलकोटकर भोसले
पिलाजी गायकवाड (बडोदे)
बाजी रेठरेकर
होळकर (इंदूरचे)
नाना फडणीस
तुळशीबागवाले नारो आपाजी
विठ्ठल बल्लाळ
दिवाकरपंत चोरघडे
पिलाजी जाधव
कापशीकर घोरपडे
गजेंद्रगडकर हिंदुराव घोरपडे
दत्तवाडकर घोरपडे (अमीर उल उमरा)
बांडे कंठाजी कदम
रामाजी महादेव बिवलकर
विसाजी कृष्ण बिनीवाले
गोविंदपंत बुंधले
बापूजी सोनाजी दिघे
रघुजी करंडे
काळू भवानी
कोन्हेर त्रिंबक एकबोटे (फाकडे)
खंडेराव हरी भालेराव
गमाजी यमाजी मुतालिक
शितोळे – देशमुख

लेखक परिचय

डॉ. म. रा. कुलकर्णी

एम. ए. पीएच. डी. (इतिहास)

४८६, नारायण पेठ, पुणे ३०. भ्रमणध्वनी :

९९२३०२७००४ दूरभाष : २४४८७०३१

❋ पुणे विद्यापीठाच्या इतिहास विभागातून संशोधन सहाय्यक म्हणून २००५ मध्ये निवृत्त.

❋ नाना फडणिसांची प्रशासनव्यवस्था हा विशेष अभ्यास विषय. त्याच विषयावर प्रबंधलेखन.

भा. इ. स. मंडळाच्या त्रैमासिकातून सुमारे १५ शोधनिबंध प्रसिद्ध.

❋ मोडीलिपी अभ्यासवर्गाचे गेली २५ वर्षे महाराष्ट्रात आयोजन.

❋ मोडीलिपी परिचय, अक्षरलेणी, सुंदर फारसी गोष्टी (मोडी) तुम्हीच मोडी शिका, पेशवेकालीन न्यायदान, नाना फडणीस इ. ग्रंथ लेखन.

❋ भारतीय इतिहास संकलन समितीच्या विविध ग्रंथोपक्रमांत सहलेखन.

❋ शिवकालीन, पेशवेकालीन मोडीलिपीचा जाणकार म्हणून विद्यापीठ, शासन यांची मान्यता.

शिवकाल

(इ.स. १६३० ते १७५०)

परशरामपंत प्रतिनिधी (मृ. १७५०) : परशराम त्र्यंबक प्रतिनिधी हा ताराबाईच्या पक्षाचा आधारस्तंभ होता. एक थोर मुत्सद्दी व पराक्रमी ब्राह्मण सरदार म्हणून प्रसिद्ध होता. शाहूने लाख प्रयत्न करूनही त्याने ताराबाईचा पक्ष कधीच सोडला नाही. रामचंद्रपंत अमात्यांचे वडिल नीळो सोनदेव यांच्या पदरी हा प्रारंभी होता. याचे मूळ गाव किन्हई (जि. सातारा). परशरामपंत प्रतिनिधी आणि रामचंद्रपंत अमात्य हे समवयस्क असल्याने त्यांनी अनेक वर्षे जोडीने कामगिऱ्या पार पाडल्या. खेडच्या शाहू बरोबरच्या लढाईत ताराबाईने परशरामपंत व धनाजी जाधव यांनी फौज देऊन पाठविले. त्यात धनाजी शाहूस मिळाले. त्यामुळे परशरामपंताचा सहजी पाडाव झाला व त्याला कैदी बनवले गेले. १७०८ मध्ये शाहूने त्याला पुन्हा अमात्यपद व प्रतिनिधीपद दिले. तसेच विशाळगडाचा कारभारही सांगितला. ह्याच्या मुलाचे नाव कृष्णाजी, तो कोल्हापूरकर छत्रपती संभाजीस सामील झाला. त्याला छत्रपती संभाजीने आपला प्रतिनिधी केले. परशरामपंतावर जरब बसावी म्हणून ह्याचा सरंजाम जप्त केला. एवढेच नव्हे तर त्याचे डोळे काढण्याचा हुकूम दिला पण खंडोबल्लाळ चिटणीसाच्या रदबदलीने त्याला केवळ शिक्षा झाली. १७१४ मध्ये चिटणीसांमुळे त्याला पुन्हा प्रतिनिधीपद मिळाले.

मदारी मेहतर : पुरंदरच्या तहानंतर (१६६५) शिवाजी महाराज औरंगजेबाच्या भेटीस आग्र्यास गेले तेव्हा त्यांच्या लवाजम्यात एक मुसलमान युवक

महाराष्ट्रातील प्रसिद्ध सरदार घराणी । १

होता. महाराजांची चरणसेवा करणं हेच त्याचं काम होतं. पुढे महाराज औरंगजेबाच्या कैदेत पडले. तेव्हाही महाराजांच्या सान्निध्यात हा मदारी होता. हा ना होता पराक्रमी सरदार ना मुत्सद्दी. पण ह्याची महाराजांवरील भक्ती, निष्ठा अतूट होती. खूप विचार करून महाराजांनी आग्र्याहून पलायनाची योजना आपल्या सहकार्यासह आखली त्यांची दिवसरात्र होणारी खलबते त्याच्या कानावर जात असून त्याने ह्याची कुठंही वाच्यता केली नाही. हजारो वीर वा मुत्सद्दी ही जे काम करू शकले नसते ते लाख मोलाचं काम या मदारीने पार पाडले. महाराजांनी राजगडावर आल्यावर साऱ्यांचाच सत्कार केला. बक्षिशी दिल्या. तुला काय बक्षीस देऊ असं महाराजांनी विचारता तो म्हणाला आपल्या सिंहासनावर चादर घालण्याची सेवा मला सांगावी. पुढे महाराजांनी त्याची ही इच्छा पूर्णही केली.

मुरारबाजी देशपांडे : यांच्या पूर्वायुष्याची फारशी माहिती मिळत नाही. शिवाजी महाराजांनी जावळीचा मुलूख काबीज केला तेव्हा हे मोऱ्यांच्या बाजूने मोठ्या शौर्याने लढले. मोऱ्यांचा पराभव झाल्यावर महाराजांनी त्यांना आपल्या पदरी ठेवून घेऊन त्यांना सरदारकी दिली. मिर्झाराजे जयसिंग–दिलेरखान जेव्हा प्रचंड फौजफाट्यासह दक्षिणेत मोहिमेस आले तेव्हा हे पुरंदर किल्ल्यावर नामजाद होते. दिलेरखानाने पुरंदरास वेढा घालून तो जिंकण्याचे कसोशीने प्रयत्न केले. अनेकवेळा राक्षसी हल्ले चढविले. तथापि मुरारबाजी आणि त्याच्या सहकाऱ्यांनी ते सर्व उधळून लावले. दिलेरखानाने पुरंदरचा सफेद बुरुज सुरुंग लावून उडवून दिला. त्यात शेकडो मराठ्यांच्या चिंध्या झाल्या. मराठे किंवा मुघल कुणीच मागे हटत नव्हते. दिलेर जेवढ्या राक्षसी ताकदीने तुफानी हल्ले किल्ल्यावर चढवित होता, तेवढ्याच वीरश्रीने मराठे ते हल्ले अहोरात्र परतवून लावीत होते. किल्ल्यावरील दारूगोळा आणि मनुष्यबळ झपाट्याने कमी होत होते तर दिलेरची ताकद सतत वाढतच होती. कारण त्याच्यामागे मिर्झाराजे पिछाडीस सर्व साहित्यानिशी सज्ज होते. सफेद बुरुजावर मराठ्यांचे प्रचंड नुकसान झाले, तरीही मराठे काळ्या बुरुजाच्या रक्षणासाठी सिद्ध असलेले पाहून दिलेर अचंबित झाला. लांब पल्ल्याच्या तीन महाभयंकर तोफा दिलेरने मोर्च्यात आणून पुरंदरच्या माचीवर भडीमार सुरू केला. त्यापुढे मराठ्यांचा टिकाव न लागून मराठे माची सोडून बालेकिल्ल्यात जाऊन मुघलांशी लढत राहिले. पुरंदरचा बराचसा भाग आता दिलेरच्या ताब्यात आल्याने त्याचे अवसान अधिकच वाढले. त्याने पुरंदरच्या मुख्य दरवाजावरच हल्ला करण्यास निवडक पाच हजाराची फौज सोडली

आणि त्याचवेळी मुरारबाजीनीही दिलेरला पुरंदरच्या माचीवरून हुसकावून लावण्यासाठी एक धाडसी बेत आखला. अत्यंत निधड्या छातीचे कडवे ७०० लोक निवडून मुरारबाजीनी मुख्य दरवाजा उघडून मुघली फौजेची लांडगेतोड सुरू केली. मराठ्यांचा तो भयंकर आवेश पाहून मुघल मागे हटले, पण मुरारबाजी आणि मराठे संतापाने बेभान झाले होते. त्यांनी पठाणांना पुरंदरच्या माचीपर्यंत मागे रेटत नेले. मुरारबाजीचा आवेश पराक्रम पाहून दिलेरखानाने अक्षरश: तोंडात बोटेच घातली. लढाई थांबवून त्याने मुरारबाजीची स्तुती केली. 'तू दिल्लीला चल, तुला मोठी जहागिरी मिळवून देतो', म्हणून लालूचही दाखविली पण मुरारबाजीच्या तोंडाऐवजी तलवारीलाच पाणी सुटले. 'मी शिवाजीराजाचा शिपाई आहे. तुझा कौल घेतो की काय', असे म्हणून तो दिलेरच्या दिशेने दोन्ही हातातील तलवारी उगारून धावत सुटला. तेव्हा दिलेर हत्तीवर बसून तिरंदाजी करीत होता. त्याने मुरारबाजीच्या कंठाचा वेध घेऊन बाण सोडला आणि महाराजांचा प्यारा सरदार जमिनीवर कोसळला. मुरारबाजीच्या हौतात्म्याचे महाराजांना खूप दु:ख झाले. मुरार पडला तरी मराठे पडले नव्हते. पुरंदर अद्यापी अजिंक्यच होता. गडावरील महार, रामोशी, कोळी लोकांनी उरलेल्या लोकांसह प्रतिकार चिवटपणे चालूच ठेवला. अखेर सन १६६५ मध्ये पुरंदरचा तह होऊन मराठ्यांना किल्ल्याचा ताबा सोडावा लागला. मुरारबाजीचा पराक्रम कथा, कादंबऱ्यातून, पोवाड्यातून अजरामर झाल्या.

चंद्रराव मोरे (जावळीकर) : जावळीच्या मोऱ्यांना आदिलशाहीतून 'चंद्रराव' हा किताब होता. स्वत:ला ते जावळीचे राजेच म्हणत. शिवरायांनी स्वराज्याचा उपक्रम सुरू केल्यावर मोऱ्यांशी संबंध येणे अपरिहार्यच होते. पुण्याच्या लगतच सातारा जिल्ह्यात मोऱ्यांचा जावळी हा अत्यंत बिकट दऱ्याखोऱ्यांनी जंगलाने वेढलेला प्रदेश होता. दौलतराव मोऱ्याला यशवंतराव नावाचा पुत्र दत्तक देण्यात शिवरायांचे साहाय्य होते. तथापि मोरे पुढे मन मानेल तसे वर्तन करू लागले. स्वराज्यातील गुन्हेगारांना, बंडखोरांना ते आश्रय देत, तसेच स्वराज्यात लूटालूट करीत, अनेक वेळा समजावून सांगूनही मोरे ऐकेनात तेव्हा महाराजांनी रघुनाथ बल्लाळ अत्रे, संभाजी कावजीस जावळीची मोहीम सांगितली. त्यावेळेच्या हल्ल्यात कारभारी हणमंतराव मोरे ठार झाल्यावर मोऱ्यांची मिजास उतरली, पण तो पळून रायरी उर्फ रायगडावर गेला. महाराजांनी तेथेही त्याला कोंडला. मग तो शरण आला. यशवंतराव मोरे आणि त्याच्या मुलांना शिवाजीराजांनी ठार केले. तथापि काही वारसदार निसटून

आदिलशाहाच्या दरबारी गेले. पुढे अफझलखान वधाच्या प्रसंगी (१६५९) जावळीला बिकट जंगलातून पराभूत होऊन पळणाऱ्या अफझलखानाच्या सैन्यास सुखरूप बाईस नेणारा अरण्य पंडित प्रतापराव मोरे याच घराण्यातील होता. थोडक्यात काय तर एक अत्यंत पराक्रमी मराठे सरदार घराणे अखेर पर्यंत शिवरायांच्या विरोधातच राहिले. त्यांच्या पराक्रमाच्या मराठी राण्यास उपयोग काहीच होऊ शकला नाही.

राघो बल्लाळ अत्रे – (१६५०–८०) **:** याचे घराणे मूळचे पुण्याजवळील सासवडचे. सासवडला त्यांचा वाडा आहे. आचार्य अत्रे यांच्या घराण्यातले वंशज होते. हा व याचे चुलत भाऊ विठ्ठल शिवदेव व निळोराम शिवाजी महाराजांच्या पदरी होते. पुणे, पन्हाळा, राजापूर, कल्याण वगैरे प्रांतांचा सुभेदार होता. कारकुनी, मुत्सद्देगिरी आणि तलवारबाजी यात वाकबगार होता. जावळीच्या मोरेंच्या पारपत्यात याची वकिली, मुत्सद्देगिरी महत्त्वाची ठरली. शिवरायांच्या पहिल्या मुसलमानी पलटणीचा हाच मुख्य सरदार होता. शिवाजीनंतरही काही काळ हा हयात होता.

शंकराजीनारायण सचिव (१६५८–१७०७) **:** मूळ घराणे पैठणकडील गांडापूर येथील ते देशपांडे. मोरोपंत पिंगळे यांनी शंकराजीस आपल्या पदरी ठेवून घेतले. संभाजीच्या काळात महत्त्वाच्या कामगिऱ्या पार पाडल्या म्हणून त्यांना 'राजाज्ञा' किताब मिळाला. १६९० मध्ये शंकरराव नारायण त्यांना अष्टप्रधानात सचिवपद मिळाले. सिंहगड प्रतापगड, राजगड, तोरणा हे किल्ले मुघलांकडून जिंकून घेतले. 'मदारूल महाम' म्हणजे राज्याचे आधारस्तंभ असा त्यांचा उल्लेख मुघली कागदपत्रातून होत असे. राजारामाच्या कारकिर्दीत महाराष्ट्रात हेच प्रमुख मंत्री आणि कारभारी होते. काही काळ अष्टप्रधान मंडळावर त्यांचाच प्रभाव होता. कोकणातीलही बराच मोठा प्रदेश त्यांच्या ताब्यात होता. जिंजीपासून साताऱ्यापर्यंतच्या प्रदेशावर देखरेख ते करीत. प्रारंभी ताराबाईच्या पक्षाला मिळाले. दूधभातावर हात ठेवून त्यांनी एकनिष्ठ राहण्याची शपथ घेतली होती. तथापि छतपती शाहू महाराष्ट्रात येताच त्याला सामील व्हावे तर शपथ मोडते आणि न सामील व्हावं तर राजद्रोहाचे पाप मिळते. अशा किंवा मन:स्थितीत सापडले. हिरकणी खाऊन त्यांनी आत्मघात करून घेतला. इतके ते वचनाचे पक्के होते. चिमणाजी नारायण हा याचा नातू. त्याला सदाशिव – आनंद – रघुनाथ असे तीन पुत्र होते पैकी सदाशिव चिमणाजी (मृ. १७८७) याच्या काळात पुणे दरबारने फार मोठी खंडणी मागितल्याने सचिवांचा

खजिना पूर्ण मोकळा झाला. राक्षसभुवनच्या लढाईत चिमाजी नारायण याने भाग घेतला होता. भोर जवळच्या आंबवड्याच्या श्रीनागनाथाच्या प्राचीन शिव मंदिराचा याने जीर्णोद्धार केला.

कावजी कोंढाळकर : याचे घराणे कान्होजी जेध्यांशी ऋणानुबंधी आणि जीवास जीव देणारे होते. जेध्यांचे हाडवैरी बांदल यांच्याशी झालेल्या झुंजीत कावजीचा थोरला बंधू पोसजी ठार झाला. तेव्हापासून कान्होजीने याला सांभाळले. कान्होजीचा जसजसा उत्कर्ष होत गेला तसं तशी कावजीसही बढती मिळत गेली. अफझलखान वध प्रसंगी पालखी वाहणाऱ्या भोयाचे पाय छाटून टाकले. खाशा अफजलखानाचे मुंडके सहस्ते तोडण्याची महत्त्वाची कामगिरी कावजीने बजावली. त्यास शिवाजीच्या पायदळात हजाराची सरदारी होती. शाईस्तेखानाचे दोन सरदार बुलाखी आणि नामदारखान कुलाबा जिल्ह्यात गडबड करीत होते. तेव्हा देईरी गडावर कावजीची नेमणूक होती. इ. स. १६६३ मध्ये मोठ्या पराक्रमाने या दोन खानांचा वेढा त्याने उठविला.

खंडेराव दाभाडे (मृ. १७२९) **:** याच्या घराण्याचा मूळ पुरुष येसाजी. याचे घराणे क्षत्रिय असून तो शिवाजी महाराजांचे पदरी हुजऱ्या होता. प्रारंभी राजाराम जिंजीस जाताना खंडेरावही त्याचेबरोबर होता. जिंजीस गेल्यावर राजारामाने खूष होऊन खंडेरावाला तळेगावाजवळील इंदूरी गाव इनाम दिला. १६९८ मध्ये जुन्नर वगैरे प्रांताची पाटीलकी मिळवली. जिंजीहून परत आल्यावर राजारामाने त्यास 'सेनाधुरंधर' हे पद देऊन गुजरात, नाशिक वगैरे भागास मुलुखगिरीवर पाठविले. पुणे प्रांत, अकोले व जावळे येथील सरपाटीलकी दिली, तर काही प्रांतांची सरदेशमुखीही दिली. शाहू महाराष्ट्रात आल्यावर तो शाहूच्या पक्षास मिळाला. १७१७ मध्ये दाभाड्यास सेनापतिपद मिळाले. तेच पद या घराण्याकडे कायम झाले. सय्यद बंधूपैकी हुसेन अलीचा रस्ता रोखण्याचे काम शाहूने त्यांच्यावर सोपविले होते. त्याला फौजेसह खंडेरावाने गारद केले. गुजरातेत मराठी अंमल बसविण्याची बहुमोल कामगिरी याने पार पाडली. शाहूच्या आज्ञेने तो श्रावणमासी दान-धर्म, होमहवन इ. करू लागला.

१७२० च्या बाळापूरच्या लढाईत हा पेशव्यांतर्फे हजर होता. १७२६ मध्ये फतेसिंग भोसल्यांबरोबर तो कर्नाटकाच्या मोहिमेत चमकला. त्याने वसई ते सुरतपर्यंत

कोकण काबीज केले होते. शाहूची त्यांच्यावर खास मर्जी होती. थोरल्या बाजीरावाच्या काळात तो वृद्धत्वाने १७२९ मध्ये मृत्यू पावला. इतिहास प्रसिद्ध उमाबाई दाभाडे ही त्यांची पत्नी. मराठेशाहीच्या आपत्प्रसंगी जी मराठी घराणी स्वराज्य सेवेसाठी पुढे सरसावली आणि त्यांनी मराठी राज्य सावरले, त्यात खंडेरावाचे नाव प्रमुखत्वाने येते. त्याला त्रिंबकराव-यशवंतराव-बाबूराव असे पुत्र होते. पैकी त्रिंबकराव हाही बापासारखाच शूर पराक्रमी निपजला. त्यानेच मोठ्या प्रमाणावर श्रावणमास दक्षिणेची पद्धती सुरू केली. तिचे अनुकरण पुण्यासही सुरू होऊन पेशवाई अखेरपर्यंत ती पद्धती चालू राहिली. तळेगावी याची समाधी आहे. त्याना एकूण सातशे गावांची देशमुखी आणि ३९५ गावांची सरपाटीलकी होती. त्यामुळे याला महाराष्ट्रातील सर्व वतनदारांचा हा मुकुटमणीच मानला पाहिजे.

भोसले वंश : या वंशाचे संस्थापक बाबाजी हे असून इतिहासाला त्यांच्याविषयी फारशी माहिती नाही. त्याला मालोजी आणि विठोजी ही दोन मुले होती. त्यावेळी हे कुटुंब वेरूळला स्थायिक झाले होते. शेतीवाडी संभाळून देऊळगाव, पाटस इ.ठिकाणच्या पाटिलक्या विकत घेण्याइतके सधन होते.आपले वंशज रजपूत असल्याने ते स्वतःस राजस्थानातील मेवाड या राजवंशाशी संबंध असलेले क्षत्रिय समजत. आपणास राजे भोसले म्हणवीत. मालोजी व विठोजी दौलताबादेस राहिले. फलटणचे वणगोजी नाईक निंबाळकर (पवार) यांची मुलगी दीपाबाई ही मालोजींची पत्नी. मालोजी हे शस्त्रविद्या, घोडेस्वारीत प्रविण होते. म्हणून त्यांनी लखुजी जाधव यांचे पदरी लष्करी चाकरी पत्करली. जाधव हे तेव्हा निजामशाहीतील एक बडे सरदार होते. त्यांची मुलगी जिजा उर्फ जिजाबाई ही शहाजीची पत्नी. मालोजीराजे इंदापूरच्या लढाईत (१६११) मध्ये मारले गेले. वेरूळच्या घृष्णेश्वर येथील मंदिरातील शिलालेखावर मालोजी व विठोजी यांचा उल्लेख आढळतो. मालोजी यांना गुप्तधनाचा लाभ झाला. त्याचा उपयोग त्यांनी घृष्णेश्वर मंदिराचा जीर्णोद्धार करणे, शिखर-शिंगणापुरास तळे बांधणे, पदरी पागा बाळगणे या कामी केला. कविंद्र परमानंद त्यांना आपल्या शिवभारत काव्यात धर्मात्माच म्हणतो.

शहाजीराजे : मालोजीस शहाजी आणि शरीफजी असे दोन पुत्र झाले. ही नावे मुसलमानी पीराची आठवण म्हणून ठेवण्यात आली. विठोजीने आपल्या पुतण्यांचे पित्याच्या मायेने पालन केले. त्यांना लष्करी शिक्षण दिले. मालोजीची मनसब

शहाजीस वयाच्या सातव्या वर्षी मिळाली. त्याचे लग्न लखुजी जाधवरावांच्या जिजाऊ नावाच्या मुलीशी झाले. विठोजीचा मृत्यू १६२३ मध्ये झाला. त्याला आठ मुले होती. निजामशाही दरबारात या वेळी मलिकंबर हा अत्यंत रणकुशल, मुत्सद्दी असा प्रधान होता. १६२४ मध्ये झालेल्या भातोडीच्या लढाईत शहाजीने पराक्रम गाजविला. शहाजी आणि शहाजींचे चुलत बंधू यांच्यात भाऊबंदकी सुरू झाली त्या संघर्षात मलिकंबरने शहाजीचा पक्ष घेतल्याने शहाजीचे चुलत बंधू रुसून आदिलशाहीत गेले. १६२५-२८ या काळात शहाजीने विजापूरकरांची सेवा केली. पराक्रमाबद्दल त्यांना 'सरलष्कर' हा किताब मिळाला. १६२६ मध्ये मोहिते घराण्यातील तुकाबाईशी त्यांचा दुसरा विवाह कर्नाटकात बेंगलूर येथे झाला. उभयतांना वेंकोजी अथवा एकोजी नावाचा पुत्र झाला. याखेरीज त्यांच्या इतर नाटकशाळाही होत्या. हिरोजी फर्जद हा त्यांचा दासीपुत्र होता. नरसाबाईचे पोटी संताजी राजे जन्मले. शहाजीराजांच्या मध्यस्थीने संभाजी व धारोजी मोहिते यांना पन्हाळगडाजवळील तळबीडची देशमुखी विजापूरकरांकडून मिळाली. १६२८-२९ मध्ये शहाजीराजे पुन्हा निजामशाहीत आले. शहाजीचा ज्येष्ठ पुत्र संभाजी यांचे लग्न जयंती नावाच्या मुलीशी झाले. तिचे वडील विजयराव हे शिवनेरी किल्ल्यात अधिकारी होते. लखुजी जाधवरावाच्या खुनानंतर शहाजीराजे पुन्हा आदिलशाहीत आले. जयराम पिंड्ये या कवीने शहाजीराजांचे पराक्रम, वैभव, त्याची कलासक्त वृत्ती, धार्मिक प्रवृत्ती इ. चे रंजक वर्णन आपल्या 'पर्णालपर्वत ग्रहणाख्यान' या संस्कृत काव्यात केले आहे. 'शिवभारत' या कविंद्र परमानंदाच्या संस्कृत काव्यातही शहाजीच्या पराक्रमाचे, औदार्याचे रसभरीत वर्णन आले आहे. मराठेशाहीचा पाया घालणारा महापुरुष असे त्यांचे वर्णन इतिहासाचार्य वि. का. राजवाडे करतात. डॉ. ग. ह. खरे तर त्याला 'दक्षिणेचा भाग्यविधाता असेच गौरवतात. पुणे प्रांताचा मोकासा शहाजीला निजामशाहीतून बहाल होता. निजामशाही बुडाली तरी आदिलशाहीत मोकासा कायमच राहिला. ह्याच्या पुणे जहागिरीचा प्रत्यक्ष कारभार मात्र दादोजी कोंडदेव शिवराय आणि जिजाबाई यांनीच केला. कर्नाटकांत बेंगळूर, तंजावर या भागात त्यांनी शेवटची पंधरा वर्षे कारभार केला. मराठी राज्याचे तंजावर हे दुसरे संस्थान निर्माण केले. या दूरदृष्टीचा फायदा पुढे राजारामाच्या काळात झाला. महाराष्ट्रात सर्वत्र मुघली सैन्य पसरलेले असल्यामुळे दूर आणि सुरक्षित अशा जिंजीला राजारामास दीर्घकाळ आश्रय घेता आला. शहाजीराजांनी विजापूरच्या आदिलशहाचे कर्नाटकातील राज्य बळकावून तेथे स्वतंत्र मराठी राज्यच स्थापन केले. पुढील काळातील या राज्याची राजकीय व लष्करी

कामगिरी नगण्य राहिली तरी सांस्कृतिक कामगिरी मात्र श्रेष्ठ आहे. शरफोजी हा अत्यंत कलासक्त राजा तंजावरला होऊन गेला. त्याने निर्माण केलेले सरस्वती महाल ग्रंथालय आजही भारतात प्रसिद्ध आहे. शहाजीराजे यांना कर्नाटकातील होदेगिरेच्या जंगलात शिकार खेळताना अपघाती मृत्यू आला. (१६६४)

छत्रपती शिवाजी महाराज : यांचा जन्म महाराष्ट्रात दुष्काळ अराजक सादृश्य परिस्थिती असताना शिवनेरीस इ. १६३० मध्ये झाला. शिवभारतकार कवींद्र परमानंद आणि जेधे शकावली यातून महाराजांची स्पष्टपणे जन्मतिथी दिलेली असल्याने शिवजन्म तिथीबाबतच्या दीर्घकाल चालू असलेला वाद मिटला. पुणे परिसरातच त्यांचे बालपण व्यतीत झाले. शहाजीराजांनी बाल शिवबाच्या व्यावहारिक आणि लष्करी शिक्षणाची चोख व्यवस्था ठेवली होती. फलटणच्या निंबाळकरांच्या घराण्यातील सईबाईंशी त्यांचा पहिला विवाह झाला (१६४०). शिवाजी महाराजांच्या स्वराज्याच्या लढ्यात पुढे यांचे खूप साहाय्य झाले.

लहान वयात स्वराज्याचा संकल्प करून आपल्या सवंगड्यांच्या मदतीने अडचणी संकटांचे डोंगर ओलांडून युक्ती-शक्ती वापरून आत्मविश्वासाच्या जोरावर स्वराज्य स्थापन केले. कुणाच्या स्वप्नातही नसणारे, पहिले मराठी स्वराज्य निर्माण केले. ते पुढे २५० वर्षे भारतीयांना स्फूर्ती देत राहिले. त्यांना सागर आणि सागरी किल्ल्यांचे, आरमाराचे महत्त्व ओळखणारा पहिला मध्ययुगीन सत्ताधीश मानले पाहिजे. जाती-जमाती, उच्च-नीचतेच्या ओझ्याखाली वावरणाऱ्या मराठी समाजाला नवी दिशा दिली. प्रत्येक जाती-जमातींच्या अंगभूत गुणाचा उपयोग करून घेतला. त्यात धर्म-जात फरक केला नाही. गुणवत्ता हाच निकष मानला. मुघल, आदिलशाहा सारखे बलाढ्य स्वकीय शत्रू आणि सिद्दी-पोर्तुगीज यासारखे सुसज्ज शत्रू असताना आपले ध्येय गाठणे ही गोष्ट खरोखरीच अपूर्व मानली पाहिजे. हिंदू समाजामध्ये विजीगीषु प्रवृत्ती निर्माण करणे हे त्यांचे मोठेच योगदान आहे.

छत्रपती संभाजी राजे : शिवाजी महाराजांचा ज्येष्ठ पुत्र. त्याचा जन्म पुरंदरावर १६५७ मध्ये सईबाई यांच्या पोटी झाला. आई बालपणीच गेल्यामुळे त्याचे पालन पोषण, सापत्न्य माता आणि आजी जिजाबाई यांनी केले. त्यांच्या सापत्न्य माता. सोयराबाई - (मोहिते घराण्यातील) सकवारबाई - (गायकवाड घराण्यातील) काशीबाई - (जाधव घराण्यातील) पुतळाबाई - (पालकर घराण्यातील) सगुणाबाई - (शिर्के) लक्ष्मीबाई उर्फ (गुणवंताबाई). शिवाजी महाराज आग्र्यास गेले तेव्हा

युवराजास बरोबर नेले होते. याच काळात संभाजीराजेचे संस्कृत अध्ययनही झाले. संस्कृतचा त्यांचा पुढे व्यासंग वाढला. अत्यंत व्यस्त जीवन असूनही शिवाजी महाराजांनी संभाजीराजांच्या व्यावहारिक आणि लष्करी शिक्षणाची उत्तम व्यवस्था केली होती. संभाजीराजे हे काहीसे उग्र प्रवृत्तीचा रागीट असले तरी तेवढेच प्रेमळ होते. जेवढे शूर, धाडसी होते तेवढेच राजनीतीज्ञ आणि दानशूर होते. तथापि कवी कलुषाच्या नादी लागून त्यांनी स्वत:चे आणि स्वराज्याचे खूपच नुकसान करून घेतले. त्यांची छत्रपतीपदाची कारकीर्द अवघी १० वर्षाची असली तरी स्वाऱ्या, मोहिमांनी खच्चून भरलेली आहे. एकाच वेळी मुघल-पोर्तुगीज-सिद्दी या बलाढ्य शत्रूंशी लढाया करण्यामुळे राज्याच्या तिजोरीवर खूपच भार पडून ती एकदम रिकामी पडली. दानधर्म, व्रतवैकल्य यांच्या जोडीला होमहवन मोठ्या प्रमाणात चालूच होती. झुल्फीकारखानाने संगमेश्वर येथे छापा टाकून बेसावध असलेल्या संभाजीराजांना कैद करून तुळापूरला औरंगजेबापुढे उभे केले. कैदी झालेल्या या राजाची घोर विटंबना करून हाल-हाल करण्यात येऊन शेवटी त्याचा वध केला गेला. वडू (बुद्रुक) (जि. पुणे) या ठिकाणी त्याचेवर छावणी बाहेरच्या मराठे लोकांनी संस्कार करून समाधी बांधली. ती अद्यापि पाहायला मिळते. संभाजीराजांच्या मृत्यूनंतर 'मराठे आता संपले' असे मानणाऱ्या औरंगजेबाला मराठ्यांनी ठायी ठायी कडवा प्रतिकार करून त्याला 'दे माय धरणी ठाव' केले. गेलेले बहुतेक स्वराज्य पुन्हा जिंकून घेतले. छ. संभाजीराजांचे हौतात्म्य मराठी राज्याला संजीवनी देणारे ठरले.

छत्रपती राजाराम : इ. स. १६७० मध्ये रायगडावर जन्म झाला. सोयराबाई ही त्यांच्या माता. त्यांचे व्यक्तिमत्त्व शिवाजी महाराज, संभाजी महाराज यांच्या व्यक्तिमत्त्वापुढे झाकोळून गेले. काहीसा मवाळ, नेमस्त वृत्तीचा होता. १६८९ मध्ये त्याने कैदेत असलेल्या शाहू तर्फे स्वराज्याचे नेतृत्व स्वीकारले. पण महाराष्ट्रात सर्वत्र असुरक्षितता असल्याने त्याने दूर कर्नाटकातील जिंजी या मराठी राज्यांचा आधार घेतला. मुघलांचा तेथेही वेढा होताच तथापि महाराष्ट्र कर्नाटकच्या विस्तृत रणक्षेत्रावर मुघली सत्तेला त्याच्याच नेतृत्वाखाली पराभूत व्हावे लागले. रामचंद्रपंत अमात्य, संताजी, धनाजी आणि इतर शेकडो सरदारांच्या मदतीने स्वराज्य टिकवून ठेवले, तथापि लवकरच सिंहगडावर राजारामाचा अतिश्रमाने इ. स. १७०० मध्ये मृत्यू झाला. आजही तेथे त्यांची समाधी पाहायला मिळते.

राणी ताराबाई भोसले (१६७५-१७६१) **:** छत्रपती राजारामाची अत्यंत महत्त्वाकांक्षी, कर्तृत्ववान पत्नी. शिवाजी महाराजांचा पराक्रमी सेनापती हंबीरराव मोहित्यांची ही मुलगी. १६९१ मध्ये तिला पुत्र झाला. त्याचे नाव शिवाजी असे ठेवले. राजारामाच्या मृत्यूनंतर तिने पुढाकार घेऊन रामचंद्रास अमात्य, शंकराजी नारायण सचिव, संताजी घोरपडे सेनापती, धनाजी जाधव सेनापती यांच्या मदतीने औरंगजेबाच्या अफाट सेनासागराला तोंड देऊन स्वराज्याचे रक्षण केले. राजसबाई ही छत्रपती राजारामांची दुसरी पत्नी. तीही महत्त्वाकांक्षी होती. तिला आणि तिच्या मुलास (संभाजीस) तिने कैदेत टाकले. त्यामुळे गृहकलह पेटला. सरदारांत फाटाफूट झाली. प्रतिनिधींवर सर्व किल्ल्यांच्या रक्षणाची जबाबदारी दिली. मुघलाईतून घासदाणा चौथ , सरदेशमुखी वसूल करण्याचा सपाटा सुरू केला. शाहू महाराष्ट्रात आल्यावरही तिने छत्रपतीपदावरील आपला हक्क सोडला नाही. अखेर समझोता होऊन कोल्हापूर येथे स्वतंत्र छत्रपतींची गादी निर्माण झाली. सर्वप्रमुख सरदारांना शपथ घालून आपल्या लगामी ठेवले. पण शाहूने आक्रमक धोरण ठेवून तिला पूर्ण नेस्तनाबूत केले हिचे शेवटचे बरेचसे आयुष्य कोल्हापूरकर संभाजी याच्या कैदेत गेले. पेशव्यांबद्दल तिला विशेष तिरस्कार होता. नानासाहेब आणि भाऊसाहेबाचा मृत्यू झाल्यावर अत्यंत समाधानात तिचे वयाच्या ८६ व्या वर्षी निधन झाले. मुघली राज्यात मुसंडी मारून स्वराज्यात लूट आणून तिजोरी भरण्याची तिनेच प्रथा पाडली. श्रेष्ठ मुत्सद्दी आणि सरदारांची तिने शेवटपर्यंत एकजूट पाडली. पराक्रमात तिने कधीच हार खाल्ली नाही. पण पुढे छत्रपती शाहूचे पारडे जड झाले आणि ती निष्प्रभ झाली.

शिदनाक महार (१६९७ - १७०८) **:** हा साताऱ्याजवळील कळंबी गावचा महार वतनदार. औरंगजेबाच्या हातून संभाजीचा वध झाल्यानंतर महाराष्ट्रात जी बंडाळी माजली त्यात या शिदनाकाने महार पलटण जमवून मुघलांविरुद्ध मोठीच धामधूम काही काळ केली. शाहू महाराष्ट्रात औरंगजेबाच्या कैदेतून सुटून आला तेव्हा हा शाहूला सामील झाला. राज्यप्राप्तीनंतर शाहूने ज्याच्या त्याच्या योग्यतेनुसार बक्षिसे, इनाम, वतने दिली, त्यात याला कळंबी गाव इनाम मिळाला. १७९५ - १८१८ या काळात त्याचा नातू शिदनाक होऊन गेला. हा खर्ड्याच्या लढाईत हजर होता. छावणीत याच्या तंबूभोवती ब्राह्मण, सरदारांचे तंबू होते. म्हणून ब्राह्मण सरदारांनी विनंती केली की, महाराचा तंबू दूर करावा. सरदार पाटणकरांनी परस्पर उत्तर दिले की, ही काही जेवणाची पंगत नाही. ही शूरवीरांची पंगत आहे. यात

जातीपातीचा विचार नाही. महाराचा तंबू हलविण्याची गरज नाही, निकराच्या हल्ल्याच्या दिवशी त्याने पेशव्यास हात जोडून विनंती केली की मी महार म्हणून सारे माझा तिरस्कार करतात, आज मी काय कामगिरी बजावतो ती पहावीच. म्हणून तो शत्रूवर तुटून पडला. पठाणांशी झालेल्या चकमकीत त्याने अप्रतिम तलवार गाजविली. पटवर्धन मंडळींनी त्याची फार तारीफ केली. पेशवाई बुडाल्यावरही शिदनाक बरीच वर्षे होता. चिंतामणराव पटवर्धन आजारी असता हा त्याच्या समाचारास गेला तेव्हा मोठा समारंभ करून साऱ्यांना त्याची हयात ओळख पटवर्धनानी करून दिली.

मोरो तानदेव होनप : पुण्याचे देशपांडे. मावळातील ३६ गावांचे देशकुलकर्ण ह्यांना होते. निजामशाही अंमल महाराष्ट्रात ढिला झाला. तेव्हा पुढे आलेला एक पुंड सरदार. त्याने शिपाई ठेवून चाकणचा कोट घेतला. 'सोड आऊत आणि हो मोरोबाचा राऊत' अशी म्हण पडण्याइतकी एवढा त्याचा बंडावा मोठा होता. १६३० मध्ये याचे बंड मोडण्यासाठी आदिलशाही सरदार मुरार जगदेव आला. त्याने पुणे, चाकण येथे लूट, जाळपोळ केली. मोरोतानदेवला त्याने कैद करून ठेवले. कैदेत त्याचे फार हाल करीत. त्याचे नखात सुया टोचून वेदना देत हा कैदेतून पुढे सुटला पण पुंडावा न करता स्वस्थ होता. पुढे दादोजी कोंडदेव पुणे प्रांती व्यवस्था लावू लागले तेव्हा या पुंडोबावरही त्यांनी शस्त्र धरले. शिवाजी महाराजांच्या पदरी असणाऱ्या उदाजी रंगनाथाने या देशपांड्याला महाराजांच्या पायावर घातले व त्याचे देशपांडेपण त्याला देवविले.

कोंडाजी फर्जद : शिवाजी महाराजांचा एक अत्यंत धाडसी लढवय्या सरदार. १६७३ मध्ये अण्णाजी दत्तो यांच्याबरोबर पन्हाळ्यावर राहून अवघ्या ६० लोकांनिशी छापा घालून तो जिंकला. त्यावेळी त्याने शत्रूला कर्णे वाजवून सावध केले आणि मग पराभूत केले आणि पन्हाळा जिंकला.

कान्होजी आंग्रे : कान्होजी हा शिवाजी महाराजांच्या आरमारातील प्रख्यात दर्यावर्दी सरदार. त्याचा बाप तुकोजी २५ आसामींवरील नाईक होता. बालपणी जोशी नामक ब्राह्मणाचे घरी गुराखी म्हणून होता. त्याचे लष्करी शिक्षण येथेच सुरू झाले. सुवर्णदुर्गास अचलोजी मोहित्यांच्या पदरी त्याने नोकरी सुरू केली. सिद्याच्या

कैदेतून दैवयोगाने फकी नावाच्या मुसलमानाच्या मदतीने पळाला. छत्रपती संभाजीच्या कारकिर्दीत याच्या पराक्रमास खरी भरती आली. राजारामाच्या कारकिर्दीत गेलेले सर्व सागरी किल्ले स्वपराक्रमावर जिंकले. सुवर्णदुर्गावर राजारामाने यास नेमून 'सरखेलपद' दिले. तसेच 'ध्वजवृंदाधिकारी' पदवी मिळाली. जंजिऱ्याच्या सिद्याने सुवर्णदुर्गास वेढा दिला असता अचलोजीस बाजूस सारून त्याने किल्ला लढवला. १६९४ मध्ये तो सुवर्णदुर्गाचा किल्लेदार झाला. जयगड, पूर्णगड हे दोन किल्ले त्याने स्वत: बांधले. इंग्रज, पोर्तुगीज, सिद्दी साऱ्यांना वारंवार पराभूत करून पश्चिम किनारपट्टीत मराठ्यांचा दरारा कायम ठेवला. १६९७ मध्ये गुजराच्या मृत्यूनंतर मराठी आरमाराचा अधिपती झाला. कुलाबा येथे त्याने आपले मुख्य आरमारी ठाणे ठेवले. स्वत:स राजा म्हणून घेई. महसूल पद्धती रूढ केली. धर्म रक्षक अशी किर्ती कोकणात मिळवली. शाहूच्या आगमनानंतर बाळाजी विश्वनाथ भट (पेशवा) याने केवळ मुत्सद्देगिरीच्या जोरावर त्याला आपलेसे केले आणि शाहूचा पक्ष बलिष्ठ केला. त्याच्याकडे २७ जंजिरे किल्ले आणि ३४ लक्षांचा मुलूख होता. ब्रह्मेंद्र स्वामी धावडशीकर हे त्याचे गुरु आणि सावकार. बाजीराव त्यास कान्होजी काका असे संबोधित असे. सेखोजी, संभाजी हे बापाप्रमाणेच पराक्रमी होते. त्यापैकी सेखोजी तरुणपणीच मृत्यू पावला. संभाजी हा अत्यंत हट्टी व दुराग्रही पेशव्याशी तो फटकून वागू लागला. त्याचा भाऊ तुळाजी हाही महापराक्रमी होता. तथापि पेशव्यांशी वैर धरले. नानासाहेबाने इंग्रजांचे मदतीने आंग्र्यांचे आरमार नष्ट केले. मानाजी हा त्याचा बंधू असून अत्यंत समजूतदार होता. त्याने पेशव्यांशी मैत्री ठेवली. त्यांच्या सर्व सागरी मोहिमेत प्रमुखपणे भाग घेतला. त्याला एकूण दहा पुत्र होते. रघुजी हा त्याचा पुत्र उत्तर पेशवाईत नामांकित सरदार हाता. पुणे दरबाराशी सख्य राखून त्याने आपले संस्थान टिकविले. त्याचा दत्तक नामंजूर होऊन इंग्रजांनी संस्थान खालसा केले.

रामचंद्र निळकंठ अमात्य (मृ. १७३३) **:** शिवाजी महाराजांचे अमात्य नीळो सोनदेव बलुतकराचा मुलगा. याचा जन्म १६५० च्या सुमारास झाला. शिवाजींराजांचा पेशवा मोरोपंत पिंगळे असामान्य याचा जावई नीळो सोनदेव अमात्य १६७० मध्ये मृत्यू पावला. त्याचे अमात्यपद याला मिळाले. अण्णाजी दत्तोनंतर सचिव पदही त्याच्याकडे आले. शिवाजीच्या तालमीत तयार झालेला तलवारबाज, कलमबाज होता. राजारामाच्या काळात याचे कर्तृत्व झळाळून निघाले. राज्याला पुन्हा चैतन्य त्याने आणले. संभाजीच्या वधानंतर अनेक घडामोडी झाल्या. राजारामही

जिंजीस गेला तेव्हा मराठी राज्य रक्षणाची जिम्मेदारी त्यानेच पार पाडली. औरंगजेबाला यशस्वीपणे तोंड दिलेच, शिवाय जिंजीचा वेढा उठवण्याचा प्रयत्न कसोशीने केला. राजारामास अलगद महाराष्ट्रात आणून औरंगजेबावर मातच केली. महाराष्ट्र - कर्नाटक प्रांतात अराजक सदृश्य परिस्थिती असता सैन्य - राजा - खजिना नसताना हिमतीने, जिद्दीने कारभार केला. राजारामाने जिंजीस गेल्यावर त्याचे पद हणमंत्यास द्यावे लागले. तेव्हा हा रूसू नये म्हणून 'हुकुमतपन्हा' हे नवे पद दिले. हणमंत वारला तेव्हा अमात्य असा नवा किताब त्याला दिला. आणि स्वराज्यातील कारभार त्याच्या नियंत्रणाखाली ठेवला. अत्यंत प्रामाणिक, राजनिष्ठ, कर्तव्यकठोर, कर्डा कारभारी असा त्याचा लौकिक होता. ताराबाईच्या पक्षाचा तोच मुख्य आधार शाहूकालात होता. पुढे शाहूबद्दल प्रेम असूनही ताराबाईचा पक्ष अखेरपर्यंत सोडला नाही. 'आज्ञापत्र' महाराजाच्या राज्यकारभाराची तपशीलवार माहिती देणारा ग्रंथ आहे. हा त्याचाच अप्रतिम ग्रंथ आजही आदर्श मानला जातो.

यशवंतराव रामचंद्र अमात्य (१६७६ - १७५५) **:** रामचंद्रपंत अमात्यांचा थोरला मुलगा. या शिवाय चार मुले रामचंद्रपंतास होती. कोल्हापूरकरांचा दिवाण झाला. अमात्य घराण्यावर शिवपुत्र संभाजी व शाहूची इतराजी झाल्याने तो कोल्हापूरकरांच्या आश्रयास राहिला. कोल्हापूर करांचा अत्यंत कर्तबगार दिवान होता. अत्यंत बाणेदार. उदाजी चव्हाणाच्या मदतीने संभाजीचे स्थान कोल्हापुरात स्थिर करण्याचा प्रयत्न केला, पण यश आले नाही. उलट संभाजीनेच फितुरीचा आरोप ठेवून याचे सरंजाम जप्त केले. शाहूने संभाजीशी त्याची गोडी करून दिली. पण तेथे कोल्हापूर राज्यात त्याच्या पराक्रमाला वाव नसल्याने निजामाकडे जाण्याचा बेत केला. रामराजा गादीवर येताच भगवंतरावास त्याचे अमात्यपद मिळाले. पेशव्यांच्या कारस्थानांमुळे यशवंतरावाचा काहीच उत्कर्ष होऊ शकला नाही. त्याचा पुत्र कृष्णराव यास कोल्हापूरकरांचे अमात्यपद १७५० मध्ये मिळाले.

तानाजी मालुसरे : तानाजी हा शिवाजी महाराजांचा बालपणापासूनचा सवंगडी. अत्यंत पराक्रमी आणि निष्ठावंत स्वराज्यसेवक होता. बहुतेक सर्व जीवावरच्या प्रसंगी तो महाराजांच्या सन्निध होता. त्याला पायदळातील सरदारी देण्यात आली होती. आग्र्यालासुद्धा तो महाराजांबरोबर सावलीसारखा वावरला. आग्र्याहून येताच महाराजांनी मुघलांबरोबरील शांततेचा तह मोडून पुरंदरच्या तहात द्यावे लागलेले

बहुतेक सर्व किल्ले जिंकून घेण्याची भव्य आणि महत्त्वाकांक्षी योजना आखली. त्यात पुण्याजवळील अत्यंत मोक्याचा आणि शिवरायांचा अत्यंत लाडका किल्ला, सिंहगड जिंकण्याची अवघड कामगिरी त्याने यशस्वी केली. १६७० च्या फेब्रुवारीतील अंधाऱ्या रात्री निवडक लोकांसह डोणगिरीचा कडा चढून जावून त्याने उदयभान राठोडाच्या सैनिकांवर अचानक छापा टाकला. निकराच्या लढतीत उदयभान आणि तानाजी दोघेही ठार पडले. तानाजीचा धाकटा भाऊ सूर्याजीने हिंमत धरून आपल्या लोकांना स्फूर्ती देऊन अखेर विजयश्री मिळवली. तानाजी मालुसऱ्याच्या वीरमरणाने महाराज दु:खी झाले. त्याची नेमणूक त्याच्या भावाला पुढे चालू करण्यात आली.

कान्होजी जेधे : शहाजीराजांच्या पदरी बेंगलूर येथे असलेला शूर मराठा सरदार. शहाजीराजांनी दादोजी कोंडदेव आणि कान्होजी जेधे यांच्यावर पुणे जहागिरीची सर्व व्यवस्था सोपविली. कान्होजी जेधे हे भोर जवळील कारी या गावचे असून रोहिडखो यांचे देशमुख होते. पुणे प्रांतातील सर्वच भार मावळातच नव्हे तर सर्वच मावळात त्याचा विलक्षण प्रभाव होता. त्यामुळेच मावळपट्टीत स्वराज्य स्थापन करणे शिवाजी महाराजांना सोपे गेले. कान्होजींची राजनिष्ठा अभंग असल्याचा प्रत्यय अफझलखान वध प्रसंगी आला. अनेक देशमुख खानाला जाऊन मिळत असता कान्होजीने शिवरायांना भक्कम पाठिंबा दिला. स्वत:च्या वतनावर पाणी सोडले. या प्रसंगाने इतर देशमुखही स्वराज्यनिष्ठ राहिले. शिवरायांच्या दरबारात तलवारीचे पहिले पान होते, म्हणजे कोणतीही मोहीम निर्माण झाली असता येण्याचे पहिले पत्र त्यांनाच पाठवले जावू लागले. त्यांना सहा पुत्र असून सारेजण स्वराज्यात पराक्रम गाजवित होते. इ. स. १६६० मध्ये त्यांचा मृत्यू झाला.

अंताजी शिवदेव मुतालिक (कऱ्हाडकर) : हा यमाजी शिवदेवाचा भाऊ असून दोघेही राजारामाच्या कारकिर्दीत परशुराम त्रिंबक प्रतिनिधींचे हाताखाली कारकुनी करू लागले. अंगच्या गुणाच्या जोरावर खूपच प्रसिद्धी पावले. १७३० – ३१ मध्ये याने श्रीनिवास प्रतिनिधीबरोबर विशाळगड शाहूसाठी जिंकून दिला आणि शाहूकडून इनाम मिळविले. राजाराम जिंजीस गेले असता याने किल्ले जगदेवगड हस्तगत केला. त्याच्या पुत्राचे नाव वासुदेव असे होते.

आबाजी विश्वनाथ प्रभू (जन्म १६३१ – मृ. १६९४) **:** नेहमी बाजी पासलकरबरोबर राहून शिवाजी महाराजांच्या स्वराज्य स्थापनेच्या उद्योगात भाग घेई. महाराजांचा बालपणापासूनचा मित्र. पुढे त्याला महाराजांनी सरदारीही दिली. भोर मावळातील रोहिड्यांच्या मोहिमेत त्याला प्रत्यक्ष सहभाग होताच पण याचवेळी सेवेत आणले ही त्याची मोठीच कामगिरी झाली. जावळीच्या मोरे प्रकरणातही त्यात चांगलेच शौर्य गाजविले. याही प्रसंगी त्याने मुरारबाजीस समजावून स्वराज्य सेवेत दाखल केले. छत्रपती संभाजीच्या कारकिर्दीत त्याने मुघलांशी अनेकवेळा रणसंग्राम केला. १७९४ मध्ये तोरण्याला मुघलांचा वेढा पडला असता वृद्धपणाची पर्वा न करता शर्थीने किल्ला लढविला. याच वेळी त्याला वीरमरण आले. त्याच्या मुलाचे नाव अंताजी असे आहे.

आवजी हरी चित्रे, मुजुमदार : हा प्रभू गृहस्थ जंजिऱ्याच्या हबशाच्या पदरी मोठ्या पदावर होता. पण याचेवर बंडखोरीचा आळ येऊन हबशाने याला व याच्या भावाला पोत्यात भरून समुद्रात बुडविले. त्याच्या बायका मुलास गुलाम केले. केवळ योगायोगाने राजापुरास त्या बाईच्या भावानेच त्या बाईस व तिच्या तीन मुलास विकत घेतले. बाळाजी–चिमणाजी–शामजी यांनी मामाच्या घरीच आपला विद्याभ्यास सुरू केला. बाळाजीने शिवाजी महाराजांचे नावलौकिक ऐकून आपली सर्व कर्मकहाणी पत्राने लिहून कळविली. बाळाजीचे मोत्यासारखे अक्षर पाहून महाराज राजापुरी आले असता साऱ्यांना स्वराज्यात घेऊन आले व बाळाजीस चिटणीसी दिली. बाळाजी आवजीवर तो राजारामप्रेमी गटातला म्हणून छत्रपती संभाजीची इतराजी होऊन त्याला हत्तीच्या पायी देण्यात आले. हे सर्वच घराणे पराक्रमी लेखणी, स्वामी भक्तीबाबत विशेष प्रसिद्ध पावले. विशेषत: या बाबतीत खंडो बल्लाळाने मोठाच आदर्श निर्माण केला. राजारामाच्या जिंजी प्रवासात अनेक जीवावरच्या प्रसंगी त्याने राजारामास वाचवून शर्थीने जिंजीस पावते केले.

दादोजी कोंडदेव – पारनेरकर – मलठणकर कुलकर्णी (मृ. १६४७) **:** बालशिवाजीचा मार्गदर्शक शहाजीच्या पुणे जहागिरीचा शिवाजी सज्ञान होईपर्यंत व्यवस्थापक होता. अत्यंत निष्ठावान, विश्वासू कारभारी. शिवरायांच्या लष्करी आणि व्यावहारिक शिक्षणाची व्यवस्था तज्ज्ञ मंडळींच्या देखरेखीखाली केली. पूर्ण ओसाड किंवा मसणवाट झालेल्या पुणे जहागिरीत सोन्याचा नांगर फिरवून तेथे नव्या राजवटीचा

श्रीगणेशा केला. पुणे जिल्ह्यातील मलठण गावचा हा कुलकर्णी शहाजीराजांबरोबरच वावरत असे. शहाजीने ह्यांच्या आणि कान्होजी जेध्यांच्या शिरावर बाल शिवाजीची जबाबदारी टाकली आणि ती त्यांनी समर्थपणे पार पाडली. बारा मावळातील बंडखोर देशमुख, देशपांड्यांना त्याने कडकपणे शासन करून नियंत्रणाखाली आणले. पुणे प्रांताची वसाहत आणि लागवड हे त्याच्या अथक प्रयत्नांचे फळ होते. तो विजापूर दरबारातर्फे सिंहगडाचा व्यवस्थापकही होता. या गोष्टीचा शिवाजी महाराजांना खूपच उपयोग झाला. शिवाजीच्या नावाने शिवापूर हा गाव त्यांनी वसविला. शिवाजीने आपल्या वडिलांप्रमाणेच आदिलशाहीतील आणखी एक बलाढ्य सरदारच व्हावे, उघडपणे बंड करू नये अशा मताचा होता. कारण बादशाही गैरमर्जी झाल्यावर काय होते हे पाहाण्यात त्याचा जन्म गेला होता. तथापि बाल शिवाजीच्या सर्व उपक्रमाबद्दल त्याला आनंद आणि अभिमान वाटत असे. शिवरायांनी तोरणा जिंकून स्वराज्याचे तोरण बांधले. त्यासुमारास याचा मृत्यू झाला. इ. स. १६४० च्या सुमारास शिवबा जिजाबाई यांना घेऊन बेंगलोरला शहाजीच्या भेटीस घेऊन गेले होते. इ.स. १६४७ च्या सुमारास त्यांचे निधन झाले.

फलटणचे निंबाळकर घराणे : महाराष्ट्रातील एक अत्यंत महत्त्वाचे ऐतिहासिक मराठी राजघराणे. त्यांची सोयरिक भोसले घराण्याशी होत राहिल्याने राजकीयदृष्ट्या घराणे फार महत्त्वाचे झाले. संभाजीराजांची आई सकवारबाई ही मुधोजी निंबाळकरांची कन्या होती. मूळचे आडनाव पवार वंशज निंबळक गावचे होते. सूर्यवंशी परमार कुळातील एक पुरुष शिखर शिंगणापूर जवळ तपश्चर्या करीत राहिले. त्याचा मुलगा निंबराज वणगपाळ–वणगोजी (त्याच्या पापण्या लांब होत्या म्हणून त्यास पालख वणगोजी म्हणत). नाईक ही राजेपणाशिवाय आणखी एक उपाधी या घराण्यास होती. प्रथमपासूनच आदिलशाही दरबारातील नामवंत सरदार म्हणून प्रसिद्ध भाऊबंदकीत सारी जहागिरी गेली. तथापि मुधोजी आपले महत्त्व टिकवून होता. आदिलशाही कैदेत तो असता शहाजींनी मध्यस्थी करून त्याची सुटका केली. म्हणून भोसले निंबाळकरात दोस्ती झाली आणि त्यांच्यात सोयरिकी संबंध झाले. इतकेच नव्हे तर स्वराज्याच्या उपक्रमातही निंबाळकर पुढे सामील झाले. मुधोजीचे आपल्या दोन मुलांशी पटेना. मुलांनी बापाला मारण्यासाठी आदिलशाहाची मदत मागितली. इ.स. १६६४ मध्ये भोळी या गावी वडाच्या झाडाखाली मुलांनी आपल्या बापाचा खून केला. त्या वडाला पुढे बापमारीचा वड असेच म्हटले गेले. बापाच्या खुनाबद्दल बजाजीस विजापूरी नेण्यात आले. वास्तविक

ठार करण्याचीच शिक्षा होणार होती, पण घाटगे, माने, घोरपडे या विजापूर दरबारातील प्रतिष्ठित सरदारांनी मध्यस्थी केली. तेव्हा त्यांच्यासमोर धर्मांतराचा पर्याय ठेवण्यात आला. फलटणचीच जहागिरी मिळणार असेल आणि महमद आदिलशाहाची रुपवती कन्या रोशनबेग हिचेशी लग्न होणार असेल तर आपण मुसलमान होण्यास तयार आहे असे म्हटले. त्यानुसार बजाजी मुसलमान झाला. अफझलखानाने जेव्हा मराठ्यांवर मोहीम काढली तेव्हा या संभाजीला कैद केले. तेव्हा महाराजांना ६० हजार होन खंडणी भरून त्याची सुटका केली. शिवाजी महाराजांनी त्याला पुन्हा हिंदू करून घेतले एवढेच नव्हे तर त्याच्या मुलाशी आपल्या मुलीचे लग्न लावून देऊन नवा क्रांतिकारक पायंडा पाडला. शिवाजी महाराजांचे इतके जवळचे नातेसंबंध असतानाही स्वराज्याला मात त्याचा पराक्रमाचा फारसा उपयोग होऊ शकला नाही.

नारायण त्रिमल हणमंते (मृ. १६५३) **:** हा निजामशाहीचा प्रख्यात प्रधान मलिकंबरच्या तालमीत तयार झाला. प्रारंभी लखुजी जाधवरावाच्या पदरी होता. नंतर शहाजीकडे नोकरीस आला. शिवाजी महाराजांच्या पदरी मुत्सद्देगिरी, सरदारी गाजवणाऱ्या घराण्यात यांचा क्रम फार वरचा होता. शहाजीराजाची चाकरी एकनिष्ठेने केली. त्याची कर्नाटकची जहागिरी यानेच सांभाळली. रघुनाथपंत व जनार्दनपंत हे त्यांचे दोन्ही पुत्र अत्यंत कर्तृत्ववान निघाले आणि त्यांनी मराठेशाहीची उत्तम सेवा बजावली. रघुनाथपंत हणमंत याने शिवाजी महाराजांच्या आज्ञेने राज्यव्यवहार हा शासकीय पारिभाषिक कोष तयार करून घेतला.

प्रतापराव गुजर (मृ. १६७४) **:** शिवाजी महाराजांचा एक लढवय्या मराठा सरदार. नेताजी पालकरानंतर प्रतापराव स्वराज्याचा सरनोबत झाला. मूळचे नांव कुडतोजी गुजर शिवाजीराजांनी त्याच्या पराक्रमावर खूष होऊन 'प्रतापराव' हा किताब दिला. बहलोलखानाच्या स्वारीमुळे तो विशेष प्रसिद्ध झाला. बहलोलखानास उंबराणीच्या युद्धात खंडणी घेऊन जिवंत सोडला. त्यावरून महाराज संतापले. खानास मारल्याखेरीज आम्हास तोंड दाखवू नये अशी खरमरीत आज्ञा केली. प्रतापरावाच्या ही गोष्ट फार जिव्हारी लागली. गडहिंग्लज जवळील नेसरी येथील खिंडीजवळ अवघ्या सात स्वारानिशी प्रतापराव बहलोलखानावर तुटून पडला आणि मारला गेला. एवढ्या मोठ्या सैन्यावर असे अविवेकाने चालून जाणे मुत्सद्दीपणाने खचितच नव्हते. एक फार मोठा सेनापती त्यामुळे महाराजांना गमवावा लागला. त्याचा एक हिंदू आणि एक मुसलमान वंश आहे. भोसरी येथे त्याचे वतन आहे.

शिवरायांनी राजारामाशी कुडतोजी प्रतापरावाच्या मुलीशी लग्न लावले. तिची मुलगी पुढे महाराणी ताराबाई म्हणून प्रसिद्ध झाली.

धनाजी जाधव (१६५० – १७१०) : याच्या वडिलांचे नाव शंभुसिंग. हा लखुजी जाधवाच्या वंशातील होता. उंबराणीच्या लढाईपासून हा पुढे आला. प्रारंभी तो हंबीरराव मोहित्याच्या हाताखाली होता. त्याच्या सैन्यात शिस्त बेताची असे, पण तो सैनिकात फार लोकप्रिय होता. याच्या पराक्रमामुळे मुघल सैनिकच नव्हे तर त्यांचे घोडेही पाणी पिण्यास नकार देऊ लागले असे म्हणतात. अखेरपर्यंत तो कोल्हापूरकरांच्या विरोधात राहिला. शाहू येताच त्याने ताराबाईचा पक्ष सोडला. त्याच्या साह्याने शाहूच्या पक्षाला मोठेच बळ प्राप्त झाले. शाहूच्या राज्याची महसूल आणि अंतर्गत व्यवस्था प्रारंभी त्याचेवरच होती. ती त्याने चोख पार पाडली. १७१० मध्ये रांगण्याच्या मोहिमेवरून येत असता वडगाव येथे पेठ (कोल्हापूर) येथे हा वयोवृद्ध सेनापती मृत्यू पावला. तेथे त्यांची समाधी आहे.

दत्तवाडकर घोरपडे (अमीर उल उमरा) : संताजीचा धाकटा भाऊ मालोजी याच्यापासून या शाखेचा प्रारंभ होतो. तथापि हा तरुणपणीच मारला गेला. राजाराम महाराजांच्या जिंजी प्रवासात तो मुघलांच्या हाती सापडला. औरंगजेबाने इतरांबरोबर त्यालाही ठार केले.

मुधोळकर घोरपडे : पिलाजी घोरपडे हा या शाखेचा संस्थापक होय. प्रथम बहमनी आणि नंतर आदिलशाहीत नोकरी करून राहिले. आदिलशाही नष्ट झाल्यावर या घराण्यातील पुरुषांनी मुघलांची चाकरी पत्करली. विजापूर दरबारात शहाजी भोसल्यांचा उत्कर्ष सहन न होणारा सतत त्याच्याशी वैर करणारा बाजी घोरपडे याच मुधोळ शाखेचा होता. त्याला 'बहादर' हा किताब होता. शहाजीला विजापूर दरबारात कैद करून आणण्यात त्याचाही वाटा होता. त्याचा सूड पुढे शिवाजीमहाराजांनी पुरेपूर उगवला. बाजीस त्याच्या कुटुंबासह ठार केले. तथापि त्याची एक पत्नी बाळंतपणासाठी गेली असल्याने ती वाचली. पुढे तिला पुत्र झाला, त्याचे नाव मालोजी. शिवाजीने या मालोजीस हर प्रयत्नाने आपल्याकडे येण्याचा आग्रह केला. तथापि मुधोळकर घोरपडे मराठेशाहीत कधीच रमले नाहीत. मालोजीनंतर हे घराणे नि:स्तेज झाले.

लाय पाटील (सुमारे १६६१) : शिवाजी महाराजांच्या आरमारातील एक खलाशी. कोळवाड (चौल-अष्टागर) चा राहाणारा. सुभानजी खराडे सरनोबत आणि सुभानजी हवालदार यांच्या शिफारशीने आरमारात दाखल झाला. शिवाजी महाराजांनी १६६१-६२ मध्ये शामराव रोजेकर पेशवा व रोहिड्याचा किल्लेदार बाजी घोलप यांना जंजिऱ्यावर मोहिमेस पाठविले. त्यावेळी हा या मोहिमेत होता. पेशवे मोरोपंत पिंगळ्यांनी १६७६ मध्ये जंजिऱ्याची मोहीम काढली. तेव्हा जिंजीच्या तटाला अंधारात होड्यातून शिड्या लावण्याची जोखमीची कामगिरी याने केली. पण मोरोपंतांची माणसे वेळेवर भेटू शकली नाहीत. ही मोहीम आणि त्याचे धाडस फुकट गेले. तथापि महाराजांनी त्याचा सत्कार करून पालखी त्याला देऊ केली तथापि याने ती नम्रपणे नाकारली तेव्हा महाराजांनी त्याला एक गलबत बांधून दिले आणि त्याला नाव दिले. 'पालखी' बादशाहाने त्याला पूर्वीच पाटीलकी दिलेली होती. म्हणून सरपाटीलकी महाराजांनी दिली.

बाजीप्रभू देशपांडे : यांची पूर्वमाहिती इतिहासाला ज्ञात नाही. तथापि रोहिडखोऱ्यातील बांदल देशमुखाचे दिवाण होते. शिवाजी महाराजांनी स्वराज्याचा उपक्रम सुरू करताना प्रथम बारा मावळातील देशमुख आपलेसे केले. रोहिड्यावर कृष्णाजी बांदल देशमुखाची वस्ती होती. सामोपचाराने बांदल नमेना तेव्हा एका रात्री शिवरायांनी रोहिड्यावर छापा टाकला. यावेळी बांदलांकडून बाजीप्रभू अत्यंत वीरश्रीने लढला. खासा बांदल ठार झाल्यावर बाजीप्रभूंनी हत्यार खाली ठेवले. महाराजांनी त्यांना प्रेमाने आपल्या पदरी ठेवून सरदारकी दिली. येथपासून पुढील बहुतेक सर्व मोहिमात त्यांनी पराक्रम गाजविले. सिद्धी जोहरने पन्हाळ्यात शिवरायांना कोंडले असता अत्यंत हिकमतीने बाजी प्रभूंच्याच भरवशावर महाराज विशाळगडी जाऊ शकले. वाटेत सिद्धी जौहरची फौज पाठीवर आली असता त्याने गजापूरच्या खिंडीत शत्रूला प्राणपणाने अडवून धरले. गजापूरची खिंड बाजींच्या रक्ताने जणू पावन झाली. लोक या खिंडीस पावनखिंड म्हणू लागले. त्याचा भाऊ फुलाजीही याच लढाईत वीरमरण पावला. त्यांची नेमणूक शिवाजी महाराजांनी त्यांच्या मुलांना करून दिली. देशपांडे बंधूंच्या या महान पराक्रमाबद्दल पहिल्या तलवारीचे पान, (कोणतीही मोहिम निघाली असता सर्व सरदारांना छत्रपतींची आज्ञापत्र रवाना होत त्यात पहिले पत्र कुणाला? तोही एक प्रकारचा मान असे) जे अफझलखान वधाचे वेळी कान्होजींना बहुमान म्हणून दिले होते, ते आता बांदल देशमुखांना दिले गेले.

नेताजी पालकर : १६३३ मध्ये सरनोबती मिळाली. खुद्द महाराजांबरोबरीने पराक्रम करून रुस्तुमेजमा व फाजल खानाचा त्याने पराभव केला. साताऱ्याजवळील पाली गावचा. आग्रा प्रकरणानंतर विजापूरकरांच्या ताब्यात असलेला पन्हाळा मुघलांना जिंकून देण्याचा महाराजांनी प्रयत्न केला. तथापि नेताजी वेळेवर आला नाही म्हणून महाराजांनी त्याला 'सरनोबत' पदावरून काढून टाकले. नेताजी मिर्झाराजा जयसिंगाच्या पदरी आला. औरंगजेबाच्या हुकुमाने नेताजीस कैद करून औरंगजेबाकडे दिल्लीस पाठविण्यात आले. नेताजीने इस्लाम धर्म स्वीकारला. औरंगजेबाने त्याची रवानगी काबूलच्या मोहिमेवर केली. ८-१० वर्षांनी संधी साधून पळून पुन्हा स्वराज्यात आला. महाराजांनी उदारपणे त्याला आश्रय दिला. एवढेच नव्हे तर त्याला पुन्हा हिंदू करून घेतले. संभाजी महाराजांच्या कारकिर्दीतही नेताजी स्वराज्य सेवक होता, पण पूर्वीची प्रतिष्ठा व मान, त्याला कधीच मिळाला नाही. औरंगजेबाचा बंडखोर पुत्र अकबर संभाजीराजांच्या आश्रयास आला तेव्हा त्याचा सत्कार, देखभाल करण्याचे काम नेताजीकडे संभाजी राजांनी दिले होते. एकेकाळचा प्रतिशिवाजी म्हणून ओळखला जाणारा हा पराक्रमी सरदार दुर्लक्षित अवस्थेत मृत्यू पावला.

अण्णाजी दत्तो (मंत्री) : शिवाजी महाराजांच्या अष्ट प्रधानमंडळातील एक अत्यंत कर्तृत्ववान मंत्री. ऋग्वेदी ब्राह्मण असून तो १६४७ च्या सुमारास शिवरायांना सामील झाला असावा. संगमेश्वर तालुक्यात त्याला कुलकर्णी वतन होते. त्याचे आडनाव प्रभुणीकर. अफझलखानाच्या भेटीस महाराज प्रतापगडावरून निघाले, तेव्हा खाशा मंडळींच्या संरक्षणासाठी त्याला गडावरच ठेवले होते. १६५९ ची पन्हाळ्याची मोहीम त्याने फत्ते केली. शिवाजीमहाराजांनी १६६१ रोजी त्याला वाकनीशी आणि पालखीचा बहुमान दिला. अत्यंत हिशोबी, लेखनकुशल, तेवढाच तलवारबहाद्दर होता. दादोजी कोंडदेवानंतर मराठी मुलखाची पाहणी, बटाई, महसूल यंत्रणेत सुधारणा घडवून आणण्याचे अत्यंत अवघड, किचकट काम त्याने पार पाडले. १६६२ मध्ये महाराजांनी खूष होऊन सुरमिशी बहाल केली. सुरत लूट, प्रतापरावांबरोबर कर्नाटक मोहिमेत सहभाग, कोंडाजी फर्जंद बरोबर १६७२ मध्ये पन्हाळा किल्ला सर केला. त्याने १६७४ मध्ये फोंडा किल्ल्यावरही अचानक छापा टाकला. प्रथम त्याला अपयश आले. तथापि दुसऱ्यावेळी त्याने फोंडा सर केला. राज्याभिषेकप्रसंगी स्वराज्याची जी व्यवस्था केली गेली त्यात चौलपासून सर्व कोकणपट्टीचा कारभार त्याला सांगितला होता. युरोपियनांशी त्याचा नेहमी संबंध येई आणि ते त्याचा उल्लेख नेहमी 'सुभेदार' म्हणून करत. त्यांना रत्नागिरी तालुक्याचे

देशपांडेपण आणि कोल्हापूरजवळील भूदरगडाची सबनीशीही होती. सामानगड यानेच बांधला. शिवाजी महाराज जेव्हा आग्र्यास गेले तेव्हा त्यावेळी संपूर्ण राज्य सांभाळण्याची ज्यांचेवर मुख्य जबाबदारी होती, त्यात हा एक होता. आग्र्याहून परत आल्यावर, तुम्ही राज्य उत्तम सांभाळलेत असे म्हणून महाराजांनी त्यांना शाबासकी दिली. वस्त्रे, पोशाख, कंठी चौकडा तुरा, शिरपेज, शिक्के कट्यार, ढाल, तलवार, हत्ती, घोडा देवून सन्मान केला. त्याला सालाना १० ह. होनांची व मासिक ३००० होनांची नेमणूक होती. १६७४ मध्ये त्याने पुन्हा स्वराज्याची महसूल विषयक पाहणी ४-५ वर्षे केली. १६७७-७८ मध्ये महाराज दक्षिण दिग्विजयास गेले. तेव्हाही याचेवर मराठी राज्यरक्षणाची जबाबदारी देण्यात आली. शिवाजी महाराजांच्या मृत्यूनंतर संभाजी राजांशी मात्र त्याचे सूत्र जमेना. संभाजी ऐवजी राजारामाकडे त्याचा ओढा राहिल्याने राजारामास छत्रपती करण्याच्या कटात मोरोपंत व दत्ताजीसह सामील झाला. १६८० रोजी त्याने सर्व अधिकार आपल्या हाती घेऊन राजारामास मंचकारोहण करविले. संभाजीने त्याला कैदेत टाकले. पुढे मुक्तही केले. तथापि छ. संभाजीविरोधी कारवाया त्याने चालूच ठेवल्या. अखेर संभाजीने त्याला परळीच्या किल्ल्याखाली हत्तीच्या पायी दिले (१६८१). एवढ्या मोठ्या मानकऱ्याचा हा असा शेवट व्हावयास नको होता.

संभाजी कावजी : प्रारंभी केवळ भालदार होता. पुढे मात्र शिवाजीमहाराजांचा पराक्रमी सरदार झाला. जावळीच्या मोरे प्रकरणात याने पराक्रम गाजविला. अफझलखान वध प्रसंगी जखमी अवस्थेत पालखीतून पळून जाणाऱ्या अफझलखानाच्या भोयांचे पाय छाटून टाकले आणि खानाचे स्वहस्ते मुंडके ही तोडले. शाहिस्तेखानावरील छाप्यातही हा महाराजांबरोबर होता. पुढे महाराजांची त्याच्यावर गैरमर्जी झाली. १६६९ मध्ये मराठ्यांनी मुघलांवरील मोहीम सुरु केली. चाकण जिंकले, त्यावेळी मराठ्यांनी याला ठार केले.

फिरंगोजी नरसाळा : चाकणच्या भुईकोट किल्ल्याचा किल्लेदार. शाहिस्तेखानाच्या हजारो शिपायांना न जुमानता त्यांनी ६ महिने कोट मर्दुमकीने लढविला. मुघल सैन्य किल्ल्यात घुसले तरी हा लढतच होता. त्याला शाहिस्तेखानपुढे बंदी करून उभे केले, खानाने त्याला जहांगिरीची लालुच दाखवून बादशाही सेवेत येण्याचे आव्हान केले, पण तो बदला नाही. त्याच्या पराक्रमावर खुश होऊन खानाने त्याला त्याच्या इच्छेप्रमाणे शिवाजी महाराजांकडे जाऊ दिले. महाराजांनी त्याला

शाबासकी देऊन सत्कार केला. त्याला भूपालगडावर किल्लेदार नेमले. संभाजीराजे दिलेरखानास सामील होऊन भूपालगडावर चालून आले तेव्हा त्याने न लढता किल्ला दिलेरखानच्या स्वाधीन केला. दिलेरखानाने हजारो निरपराध माणसांची यावेळी कत्तल केली. महाराजांना हे वृत्त समजले तेव्हा ते खूप संतापले. युवराज शत्रूला मिळाले तेव्हा किल्ला का लढविला नाहीस म्हणून फिरंगोजीस जाब विचारला. असे म्हणतात की, त्याबद्दल महाराजांनी त्याला या अपराधाबद्दल देहान्त शासन केले.

मोरोपंत पिंगळे : कारकुनीबरोबरच तलवार चालविण्यात तरबेज असलेला शिवाजीमहाराजांचा मुख्य सरदार. हा स्थापत्य कलेतही विशेषत: दुर्ग बांधण्यातही तज्ज्ञ होता. जावळी विजयानंतर महाराजांनी त्याला प्रतापगडची उभारणी करण्याची आज्ञा केली. महाराजांनी राज्याभिषेकानंतर जे अष्टप्रधान निर्माण केले त्यात 'पंतप्रधान' हे सर्वात महत्त्वाचे पद देण्यात आले. ते पद बहिरोपंत या त्याच्या मुलास त्यांच्या पश्चात देण्यात आले. पण पुढे या घराण्याचे तेज नि:स्तेज झाल्याने छत्रपती शाहूने पेशवेपद बाळाजी विश्वनाथास म्हणजे श्रीवर्धनच्या भट घराण्यास दिले ते कायमचेच.

येसाजी कंक : भोरजवळील वेळवंड नदीच्या खोऱ्यातील एक प्रतिष्ठित देशमुख. शिवाजी महाराजांचा बालपणापासूनचा मित्र-सहकारी. पुढे त्याला पायदळातील सरनोबती मिळाली. प्रारंभीच्या सर्व लढायात त्याने भाग घेऊन पराक्रम केला. अफझलखान वध, शाहिस्तेखानावरील छाप्यातही त्याने भाग घेतला होता. गोवळकोंड्याच्या मोहिमेत त्याने कुतबशाहाच्या बलाढ्य हत्तीबरोबर झुंज घेऊन हत्तीस ठार मारले. त्याचा मृत्यू १६७७ मध्ये झाला. त्याचा मुलगा कृष्णाजी हा बापासारखाच पराक्रमी होता. फोंड्याच्या (गोवा) १६८२ च्या सुमारास मोहिमेत वीरगतीस पावला.

नावजी बलकवडे : भोरच्या सचिवांच्या पदरचा एक पराक्रमी मराठा सरदार. राजाराम जिंजीस असताना महाराष्ट्रातील किल्ले आणि प्रदेश पुन्हा काबीज करण्याचा मोठाच उद्योग मराठे वीरांना हाती घ्यावा लागला. सचिवांच्या आज्ञेने नावजीने सिंहगड जिंकला. पूर्वी तानाजी मालुसऱ्यांनी जसा धाडसी हल्ला केला होता अगदी त्याच पद्धतीने त्यांनी सिंहगड जिंकला. स्वत:च्या पराक्रमाच्या जोरावर तो कोकणातील पाली-सुधागड परिसराचा सुभेदारही झाला.

सिलिंबकर : भोर जवळच्या गुंजण मावळाचे देशमुख घराणे – शिवाजी महाराजांच्या स्वराज्याच्या उपक्रमात प्रथमपासून सहभागी राहिले. महाराजांच्या खास घरोब्यातील देशमुख. मराठेशाहीच्या अखेरपर्यंत या घराण्यातील पुरुषांनी कर्तबगारी गाजविली. विशेषत: औरंगजेबाचा मुक्काम दक्षिणेत असता त्याच्या फौजांनी तोरण्यावर मोर्चे लावले. राजगड, तोरणा, सिंहगड हे सचिवांच्या जहागिरीतील असल्याने तोरण्याचा किल्ला सचिवांनी आबाजी प्रभू आणि सिलिंबकर देशमुख याच्या साह्याने शर्थीने लढविला. त्यावेळी सर सरनोबत सिलिंबकर होते. त्यावेळी झालेल्या लढाईच्या धुमश्चक्रीत सिलिंबकर मारले गेले.

दौलतखान : शिवाजी महाराजांनी १६५८-५९ पासून स्वत:चे आरमार सज्ज करण्यास सुरूवात केली आणि प. किनारपट्टीवरील दलदी, सारवी, भंडारी, कोळी अशा लढवय्या जातीतील तरुणांची नाविकदलात भरती केली. आरमाराचा स्वतंत्र सुभा करून तो दौलतखानाकडे सोपविला. महाराजांचे मुसलमानांशी वैर नव्हते तर त्या बादशाहांच्या अत्याचाराविरुद्धचा हा संघर्ष होता. त्यामुळे दौलतखान नाविकदलाचा प्रमुख होऊ शकला. दौलतखानानेही महाराजांचा विश्वास सार्थ ठरविला. बहुतेक सर्व आरमारी मोहिमांचे सेनापतीत्व केले.

मायनाक भंडारी : शिवाजी महाराजांच्या नाविक दलाच्या सुभ्याचा प्रमुख. दौलतखान आणि मायनाक भंडारी यांनी सिद्यावरील मोहिमात मराठी आरामाराचे नैपुण्य दाखविले. इंग्रजी आरमाराशीही समोरासमोर आरमारी लढायात विजय संपादन केला. परंतु या दोघांविषयी फारशी माहिती मात्र मिळत नाही.

बहिर्जी नाईक : शिवाजी महाराजांचा लालमहालापासूनचा सवंगडी. वेषांतर करून, विविध आवाजात बोलण्यात तो तरबेज असल्याने महाराजांनी त्याला आपला प्रमुख हेर केले. जावळी प्रकरण, सिद्दी जौहरचा पन्हाळ्याचा वेढा, शाईस्तेखानावरील छापा, सुरतेची लूट अशा सर्वच महत्त्वाच्या मोहिमेत सर्वप्रथम माहिति काढण्याचे, शत्रूला गाफील ठेवण्याचे महत्त्वपूर्ण काम बहिर्जी करीत असे.

विश्वासराव दिघे : शिवाजी महाराजांच्या हेर खात्यात बहिर्जी नाईकाच्या बरोबरीने विश्वासराव दिघे याचे नाव हेर म्हणून येते. विशेषत: शाईस्तेखानावरील छाप्यात विश्वासराव दिघे याची हेरगिरी महत्त्वाची ठरली. हेरांचे काम अत्यंत गुप्त, अलिखित स्वरुपाचे असल्याने याची तपशीलवार माहिती मिळू शकत नाही.

शिवकालीन वंशावळी

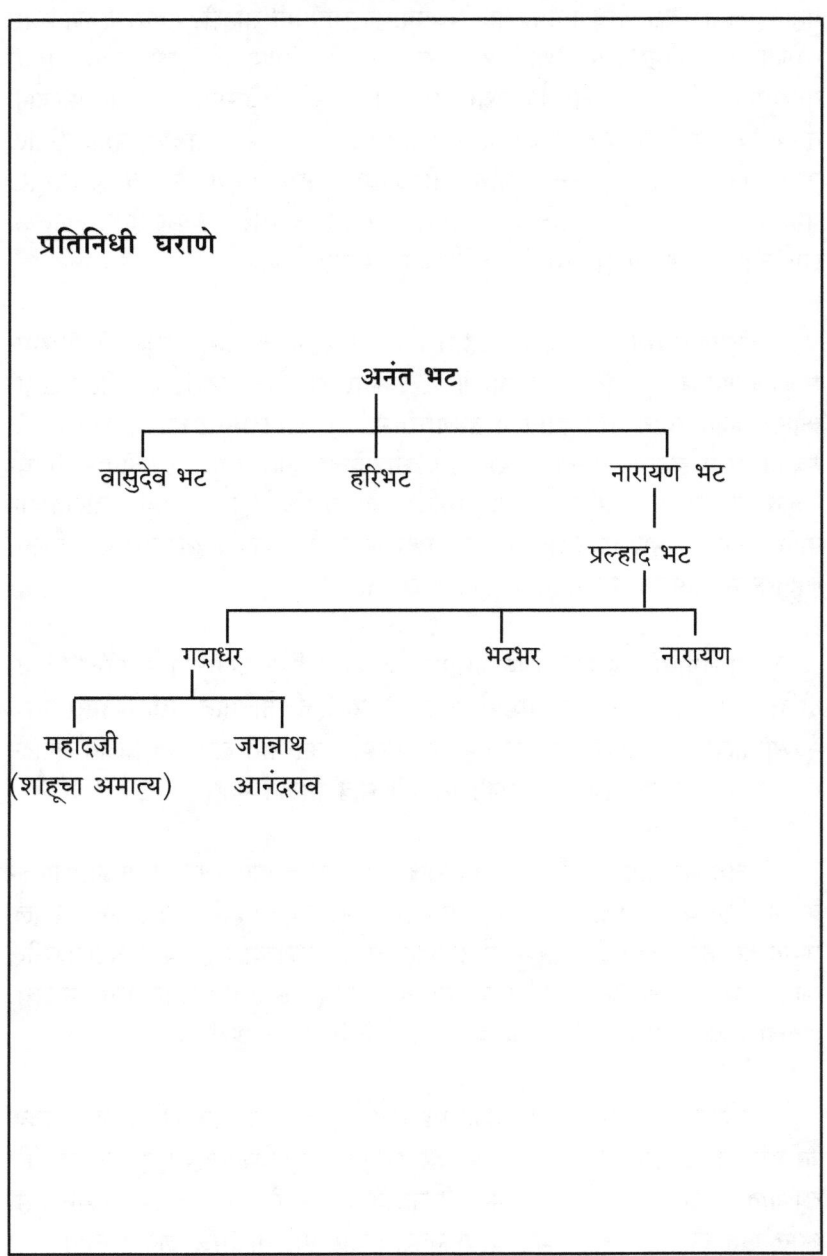

प्रतिनिधी घराणे

अनंत भट
वासुदेव भट
हरिभट
नारायण भट
प्रल्हाद भट
गदाधर
भटभर
नारायण
महादजी
(शाहूचा अमात्य)
जगन्नाथ
आनंदराव

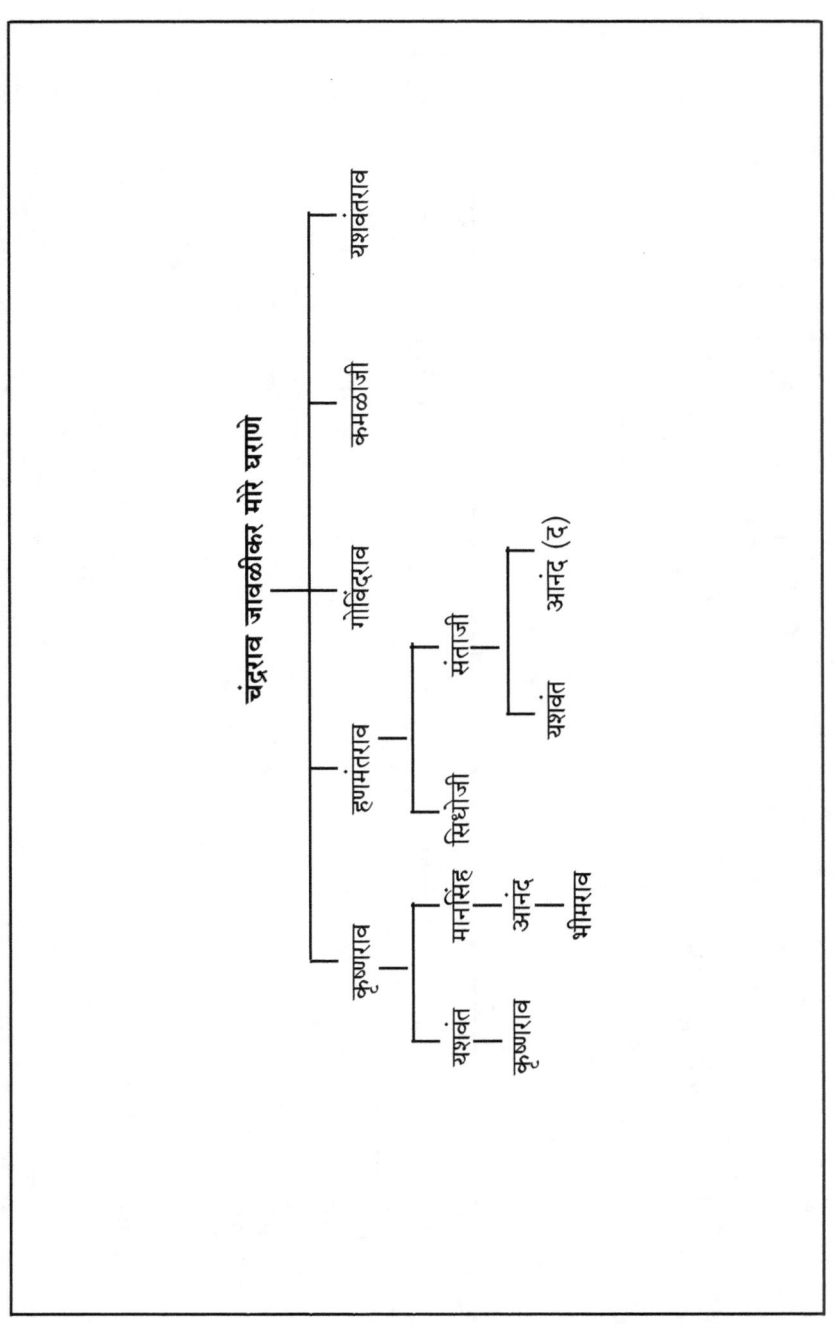

चंद्रराव जावळीकर मोरे घराणे
कृष्णराव
हणमंतराव
गोविंदराव
कमळाजी
यशवंतराव
यशवंत
कृष्णराव
मानसिंह
आनंद
भीमराव
सिधोजी
संताजी
यशवंत
आनंद (द)

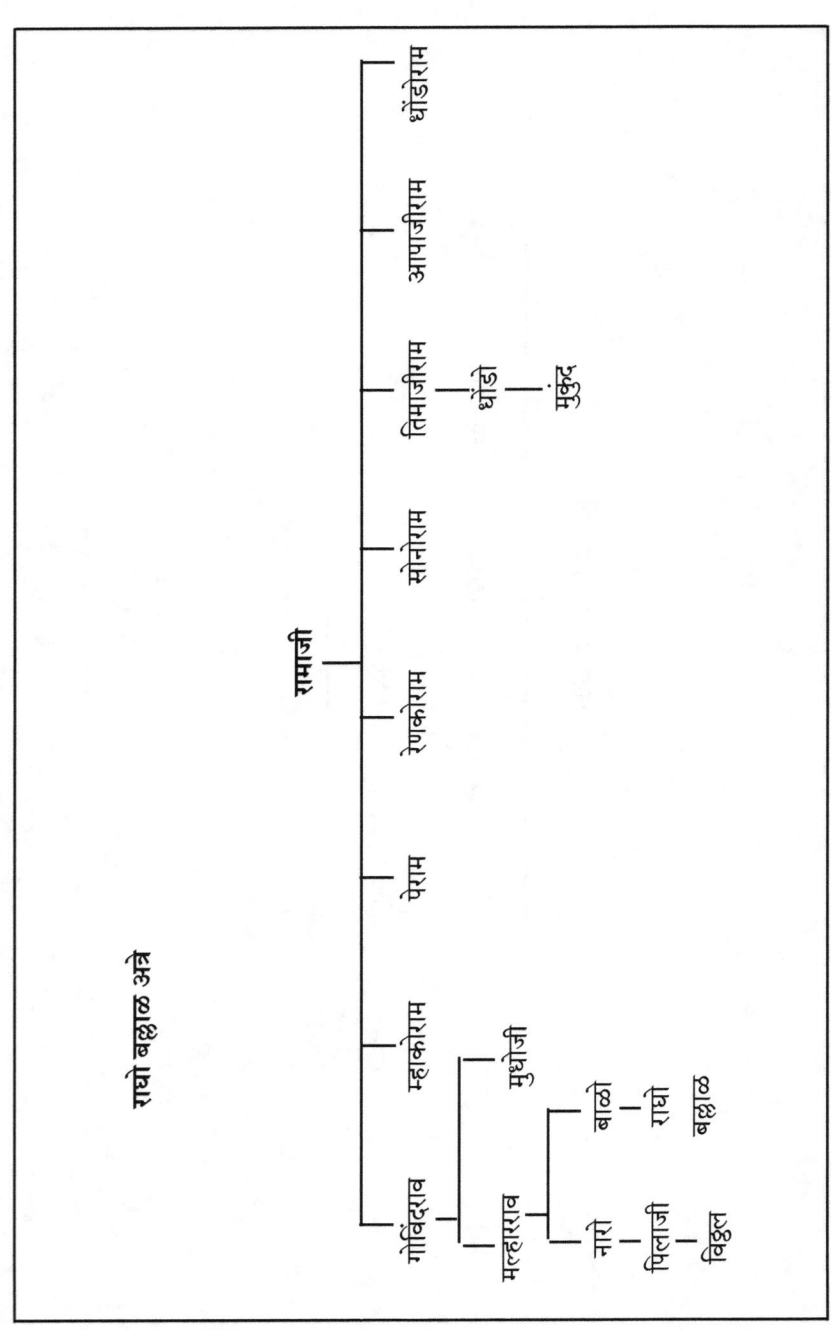

राघो बल्लाळ अत्रे

गोविंदराव — म्हाकोराम — येराम — रेपकोराम — सोनोराम — तिमाजीराम — आपाजीराम — धोंडीराम

रामाजी

तिमाजीराम — धोंडो — मुकुंद

मुधोजी
मल्हाररराव

बाळो — राघो — बल्लाळ
नारो — पिलाजी — विठ्ठल

२६ । महाराष्ट्रातील प्रसिद्ध सरदार घराणी

मोहिते वंशवृक्ष

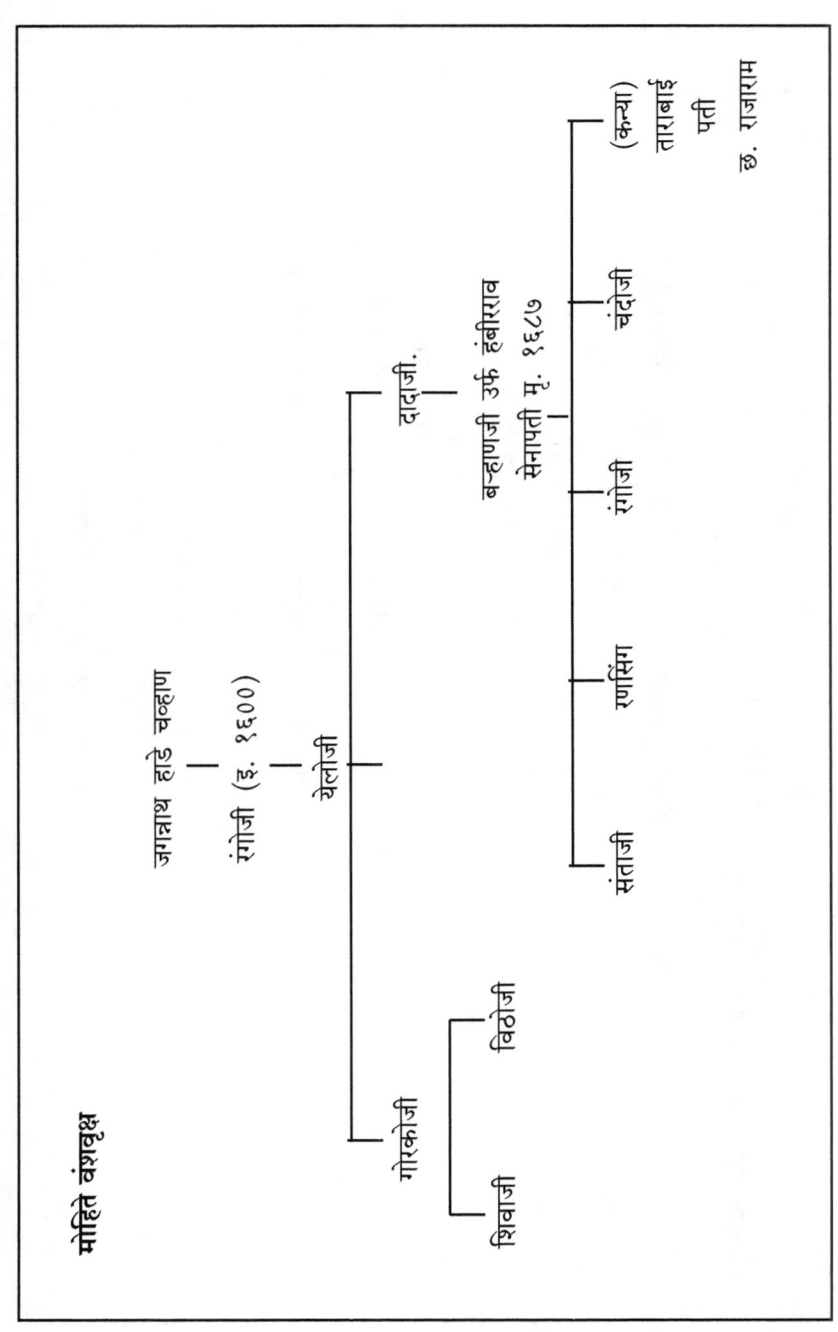

जगन्नाथ हाडे चव्हाण

रंगोजी (इ. १६००)

येलोजी

गोरकोजी
— शिवाजी
— विठोजी

दादाजी.

संताजी

रणसिंग

रंगोजी

चंदोजी

बन्हाणजी उर्फ हंबीरराव
सेनापती मृ. १६८७

(कन्या)
ताराबाई
पत्नी
छ. राजाराम

कोल्हापूरकर छत्रपती घराणे वंशावळ

छ. राजाराम — ताराबाई (महाराणी)
ज. १६७५ मृ. १७०० — मृ. १७६१

राजसबाई

शिवाजी पहिला

संभाजी — जिजाबाई
१६९८–१७६० मृ. १७७३

(दुसरा शिवाजी)
(दत्तक) माणकोजी (खानवटकर)

संभाजी उर्फ आबासाहेब

शहाजी उर्फ बुवासाहेब पत्नी ताराबाई

तिसरा शिवाजी उर्फ बाबासाहेब

शाहू उर्फ चिमासाहेब मृ. १८६९

(दत्तक) नागोजीराव पाटणकर उर्फ राजाराम

(दत्तक) नारायण सावर्डेकर
– चौथे शिवाजी, पत्नी आनंदीबाई

(दत्तक) यशवंतराव घाटगे उर्फ राजर्षी शाहू महाराज १८७४–१९२२

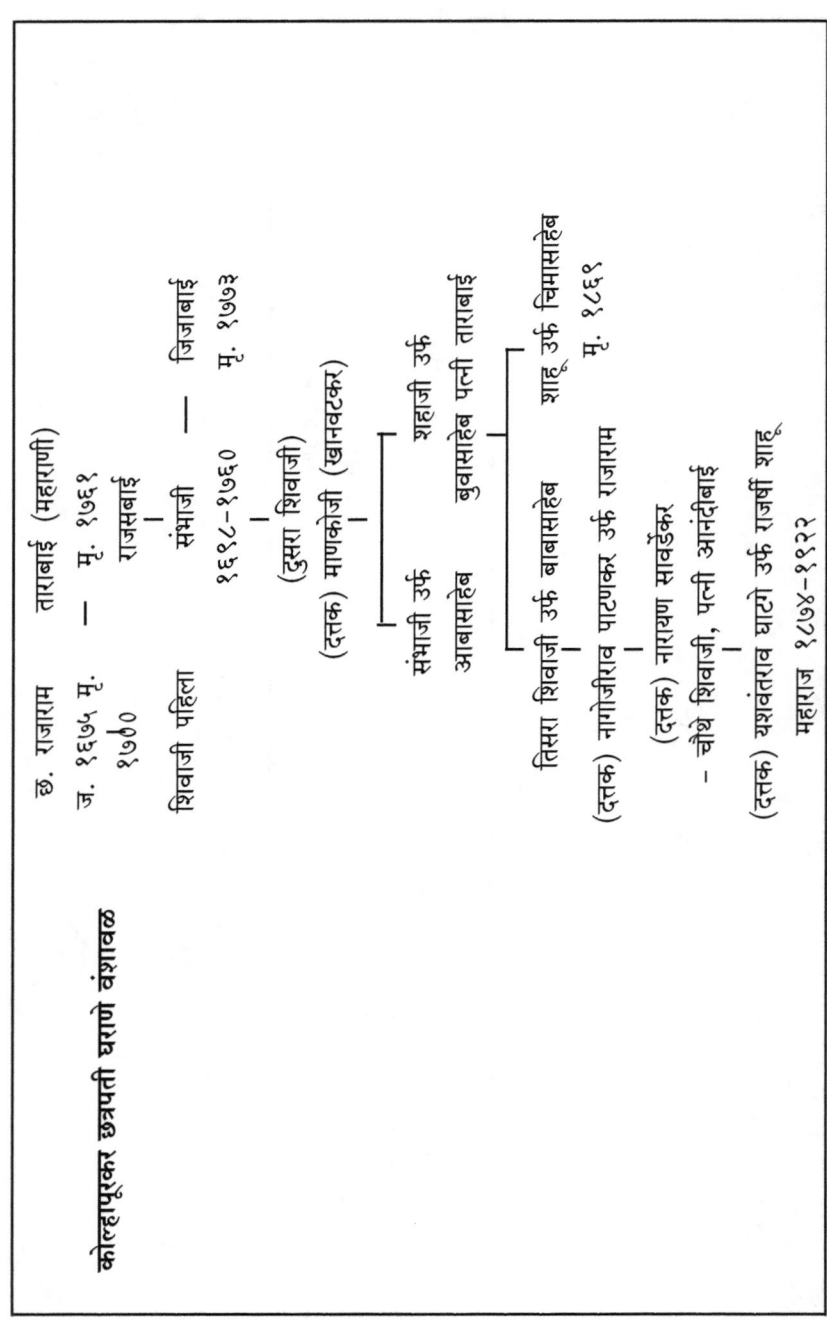

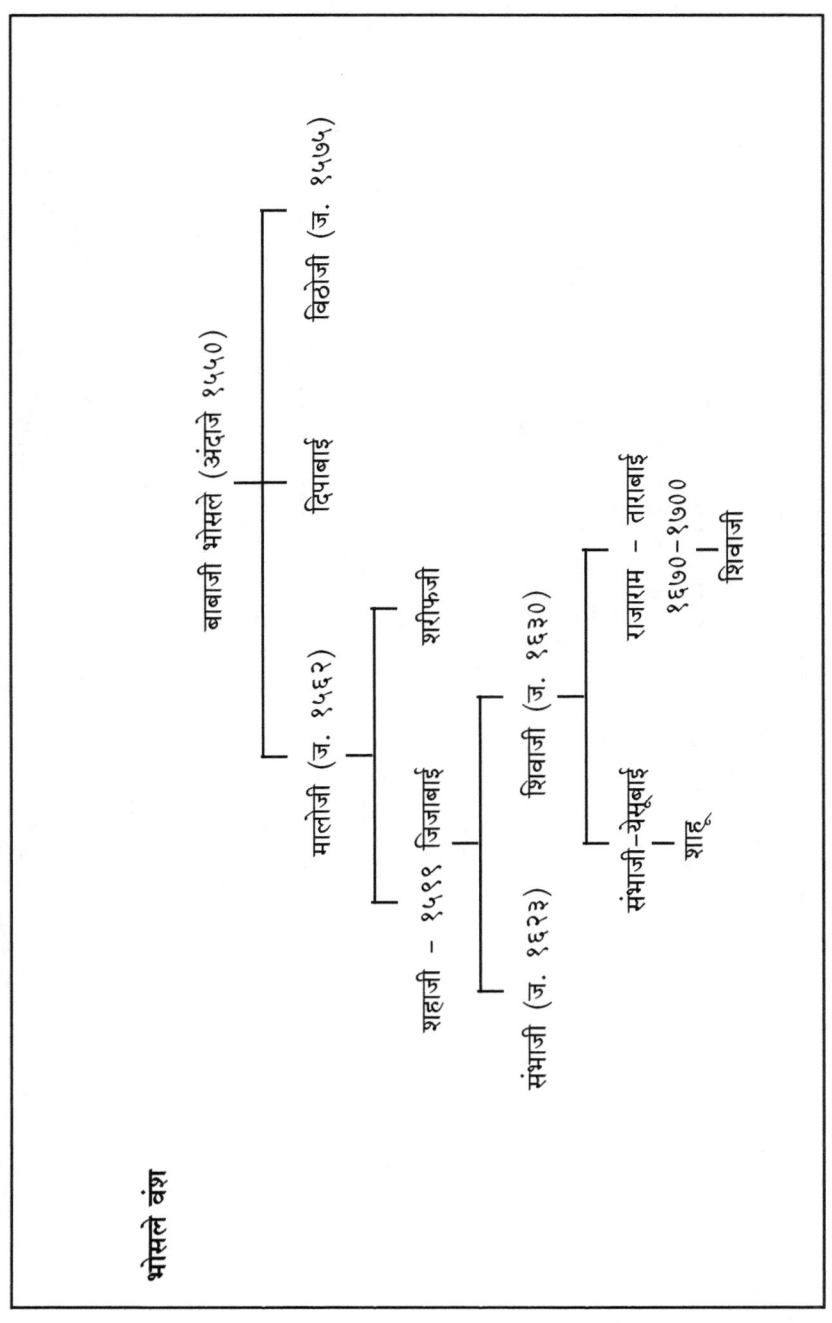

भोसले वंश

शाहू

बाबाजी भोसले (अंदाजे १५५०)
मालोजी (ज. १५६२)
दिपाबाई
विठोजी (ज. १५७५)
शहाजी – १५९९ जिजाबाई
शरीफजी
संभाजी (ज. १६२३)
शिवाजी (ज. १६३०)
संभाजी–येसूबाई
राजाराम – ताराबाई
१६७०–१७००
शिवाजी

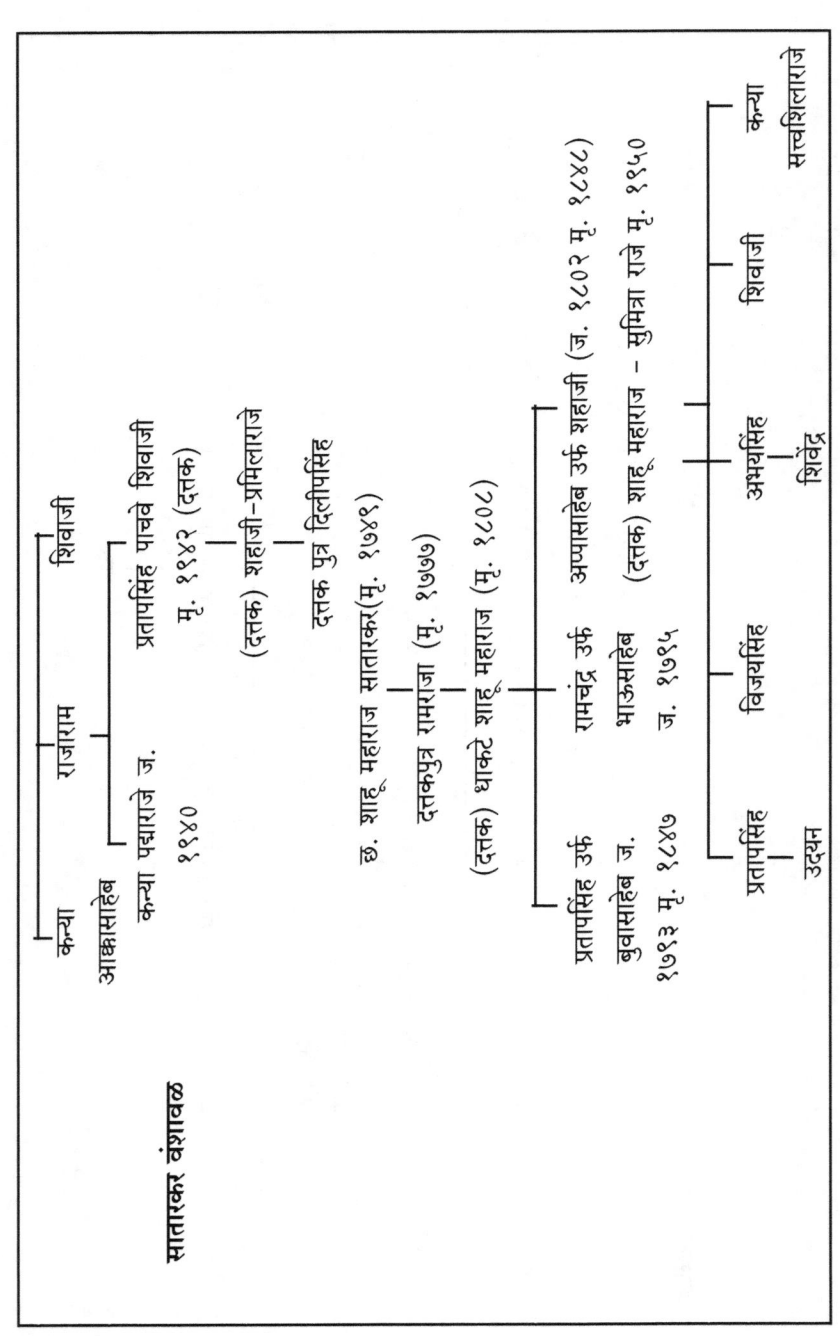

सातारकर वंशावळ

कन्या
आक्कासाहेब
राजाराम
शिवाजी
कन्या पद्माराजे ज. १९४०
प्रतापसिंह पाचवे शिवाजी मृ. १९४२ (दत्तक)
(दत्तक) शहाजी–प्रमिलाराजे
दत्तक पुत्र दिलीपसिंह
छ. शाहू महाराज सातारकर(मृ. १७४९)
दत्तकपुत्र रामराजा (मृ. १७७७)
(दत्तक) धाकटे शाहू महाराज (मृ. १८०८)
प्रतापसिंह उर्फ बुवासाहेब ज. १७९३ मृ. १८४७
रामचंद्र उर्फ भाऊसाहेब ज. १७९५
अप्पासाहेब उर्फ शहाजी (ज. १८०२ मृ. १८४८)
(दत्तक) शाहू महाराज – सुमित्रा राजे मृ. १९५०
प्रतापसिंह
उदयन
विजयसिंह
अभयसिंह
शिवेंद्र
शिवाजी
कन्या
सत्त्वशिलाराजे

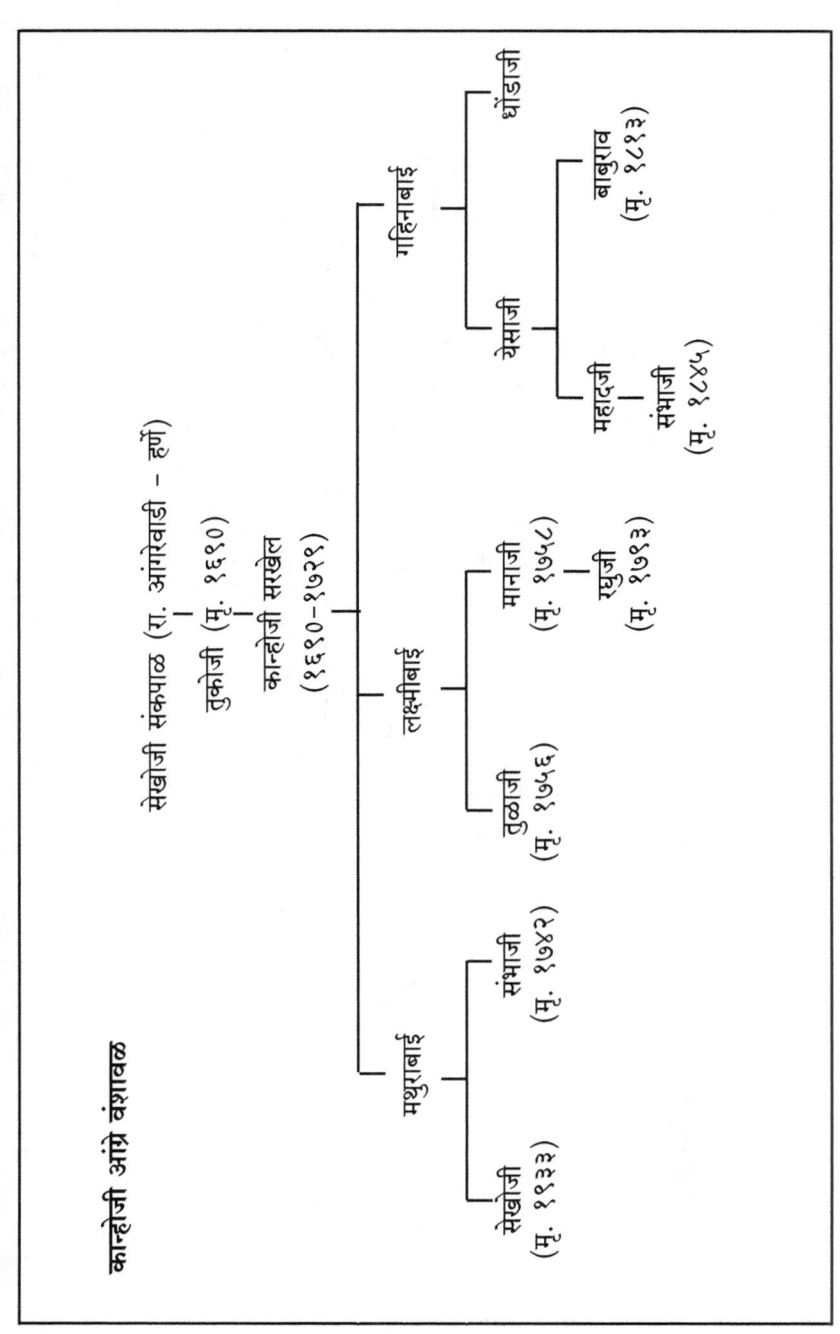

कान्होजी आंग्रे वंशावळ

सेखोजी संकपाळ (रा. आंगरेवाडी – हर्णे)
तुकोजी (मृ. १६९०)
कान्होजी सरखेल
(१६९०–१७२९)
मथुराबाई
लक्ष्मीबाई
गहिनाबाई
सेखोजी
संभाजी
(मृ. १७४२)
तुळाजी
(मृ. १७५६)
मानाजी
(मृ. १७५८)
रघुजी
(मृ. १७९३)
येसाजी
धोंडाजी
महादजी
संभाजी
(मृ. १८४५)
बाबुराव
(मृ. १८१३)

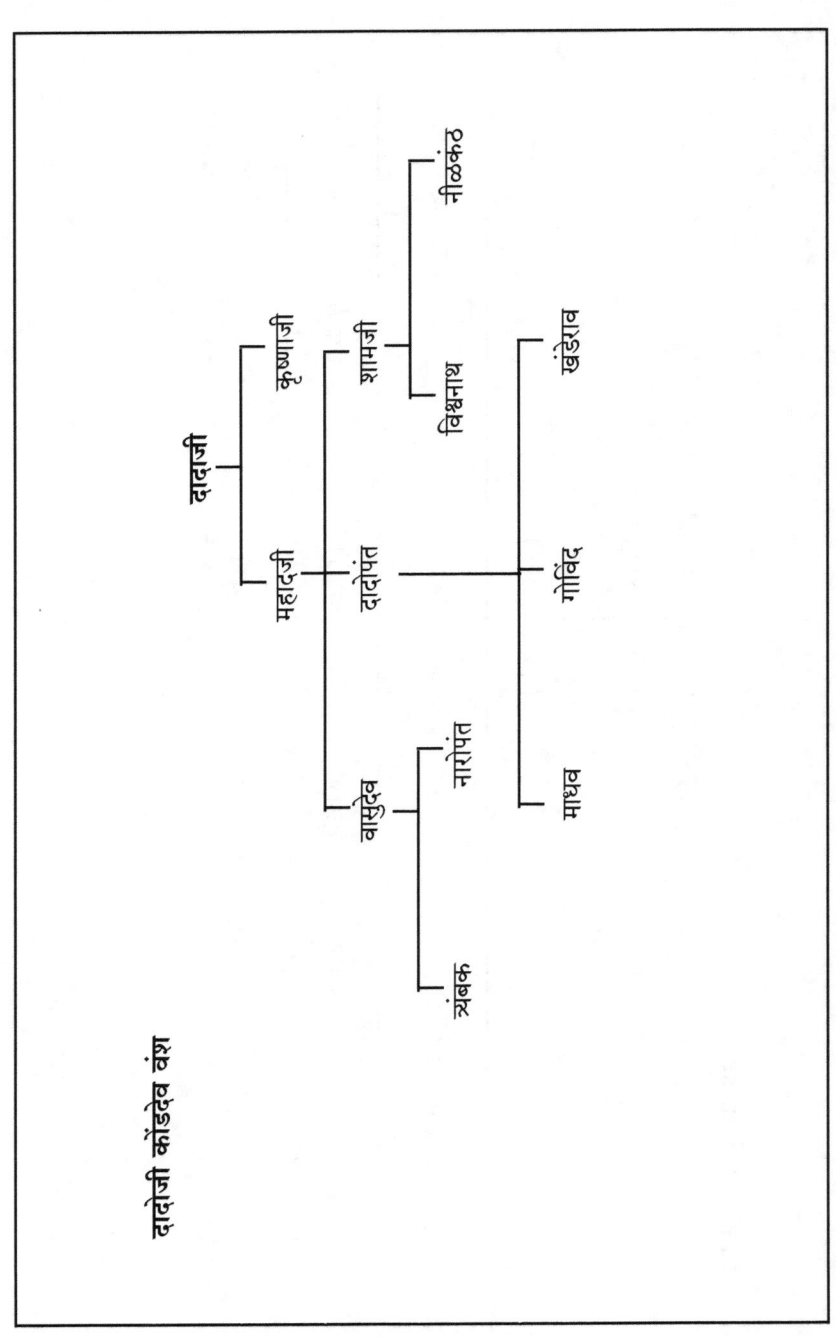

दादाजी कोंडदेव वंश

फलटणचे निंबाळकर घराणे

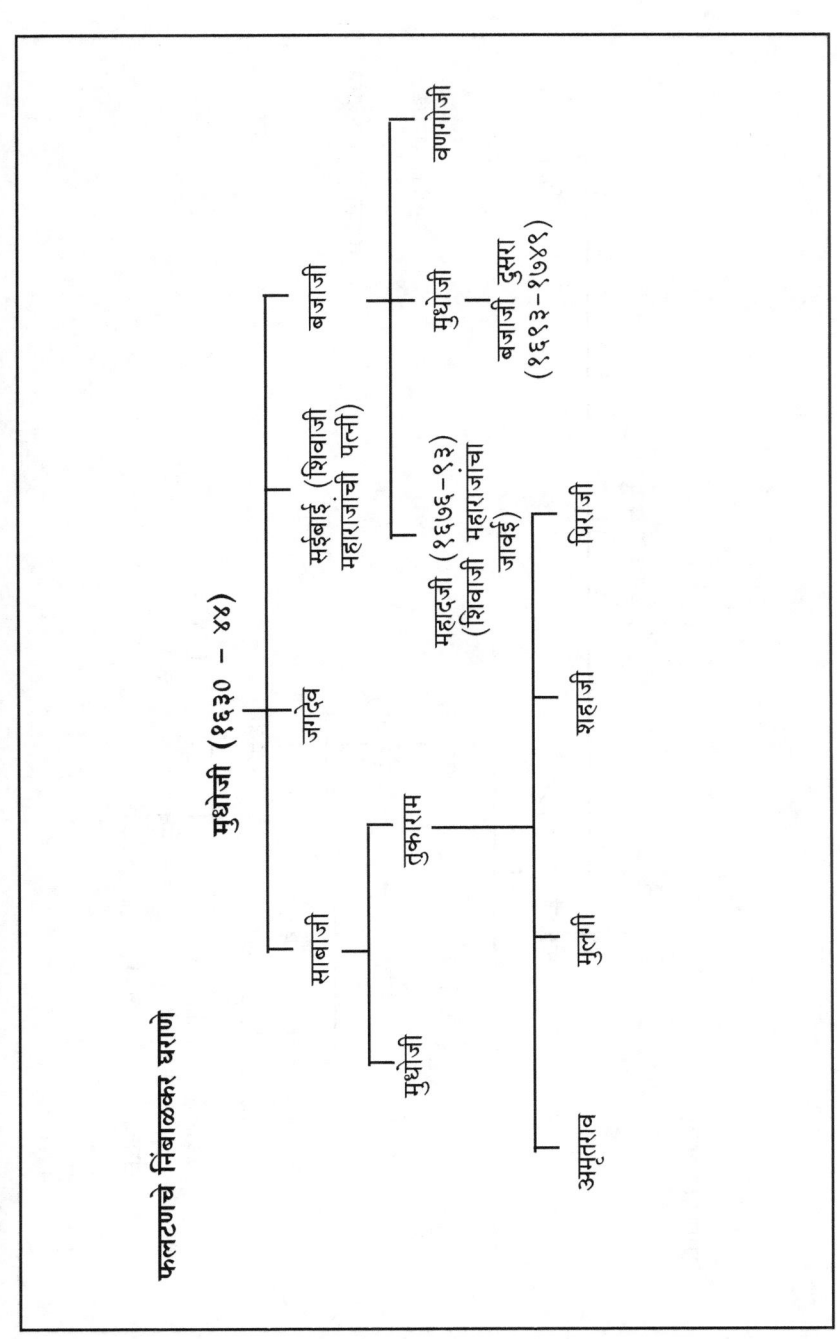

मुधोजी (१६३० – ४४)

साबाजी — जगदेव — बजाजी

मुधोजी

तुकाराम

अमृतराव — मुलजी — शहाजी — पिराजी

महादजी (१६०६–९३)
(शिवाजी महाराजांचा
जावई)

सईबाई (शिवाजी
महाराजांची पत्नी)

मुधोजी

बजाजी दुसरा
(१६९३–१७४१)

बयाजी

प्रतापराव गुजर

धनाजीराव गुजर
कुडतोजी मृ. १६७४
शिवाजी
सयाजी
सिधोजी रघुनाथ
यशवंत प्रतापसिंहाचा जावई
नानासाहेब
जगजीवन
खैरोजी
आप्पाजी
रामजी
हैबत
दौलत
खंडेराव
संभाजी
महादजी
सेरदाजी
खंडेराव
संभाजी
प्रतापराव
मालोजी

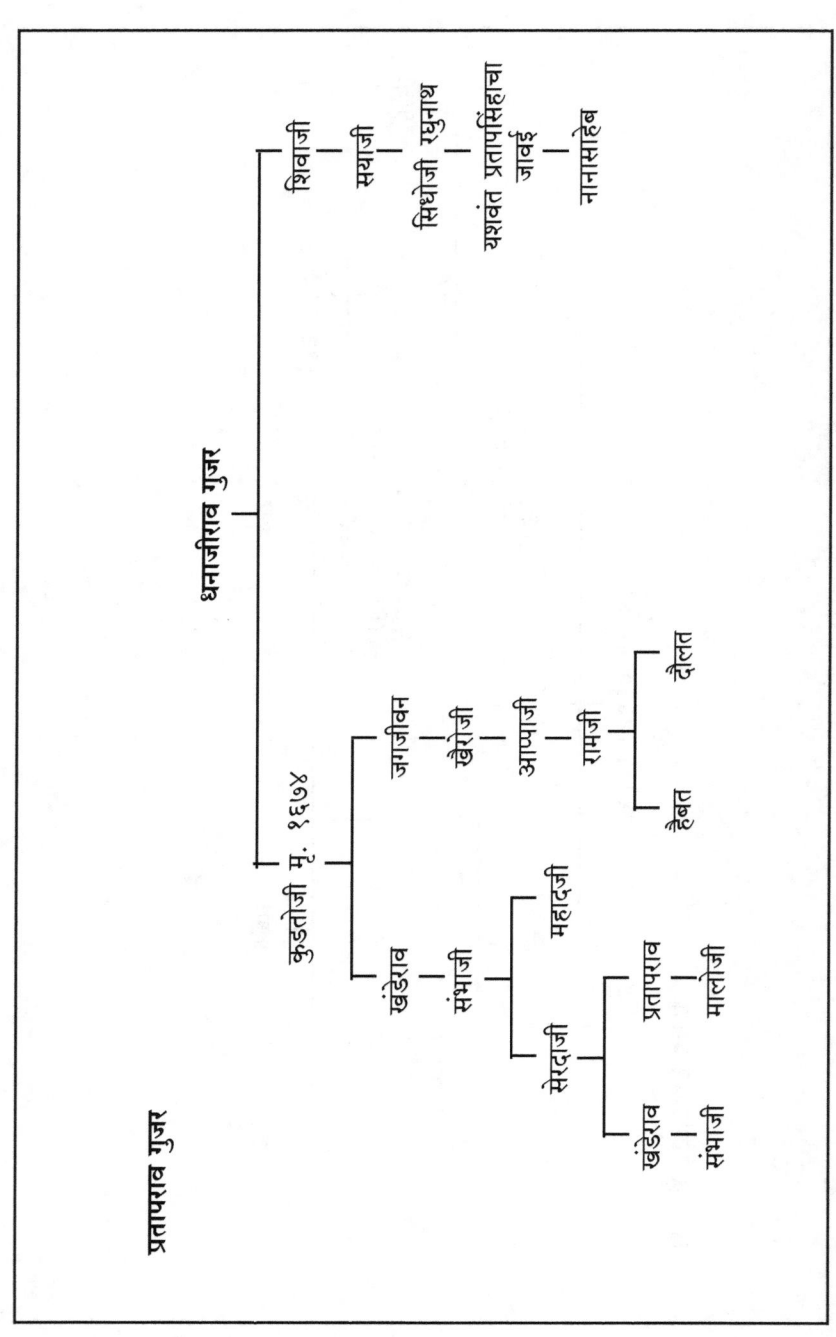

जाधव वंश

रामदेव (देवगिरी)

|

शंकरदेव (मृ. १३१२)

|

गोविंद देव (मृ. १३८०)

|

ठाकूरजी (मृ. १४२९)
सिंदखेडला वास्तव्य

|

भूखणदेव (मृ. १५००)

|

अमलकर्ण/अचलोजी
(मृ. १५४०)

|

विठ्ठल देव
(मृ. १५७०)

|

लक्ष्मणदेव लखूजी
(मृ. १६२९)

|

कन्या जिजाबाई

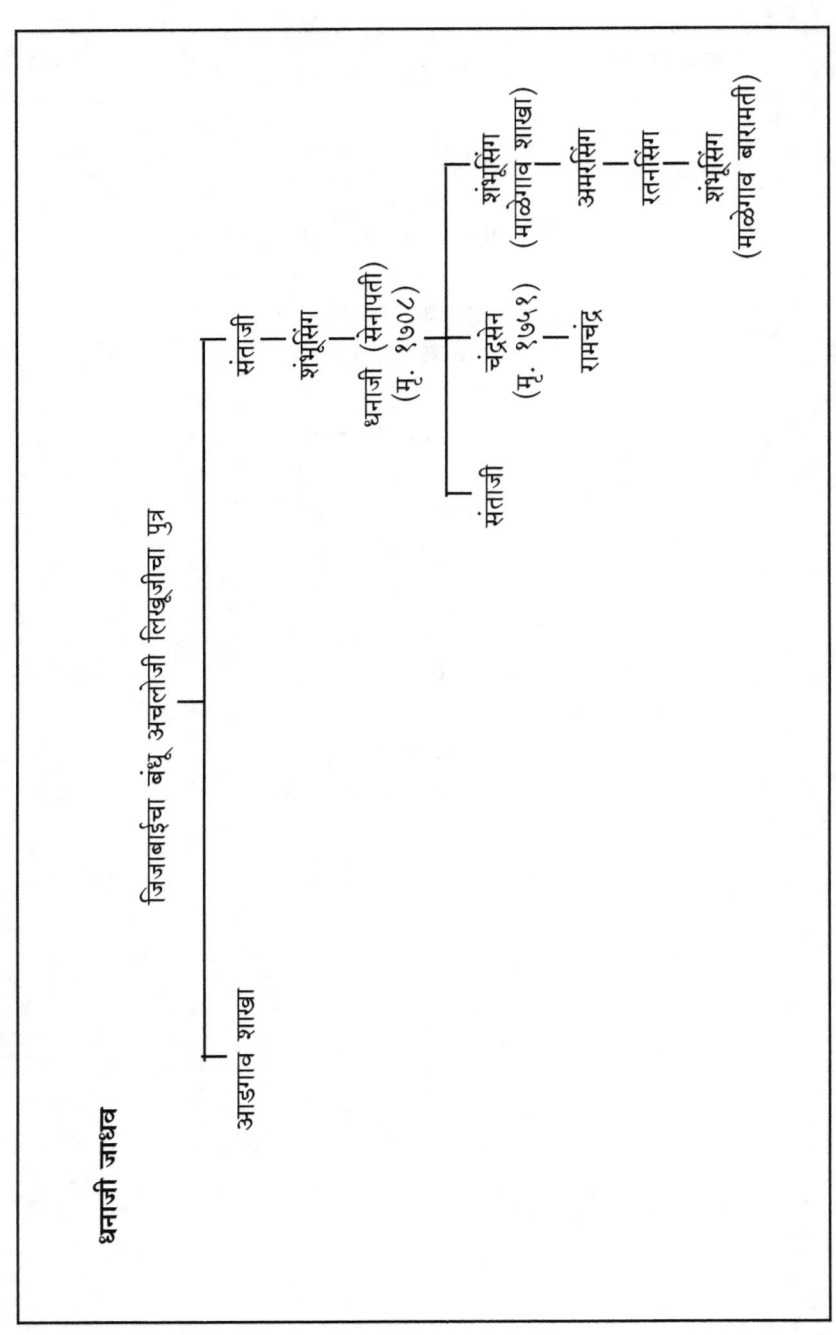

धनाजी जाधव

जिजाबाईचा बंधू अचलोजी लिखूजीचा पुत्र

आडगाव शाखा

संताजी

शंभूसिंग

धनाजी (सेनापती)
(मृ. १७०८)

संताजी

चंद्रसेन
(मृ. १७५१)

रामचंद्र

शंभूसिंग
(माळेगाव शाखा)

अमरसिंग

रतनसिंग

शंभूसिंग
(माळेगाव बारामती)

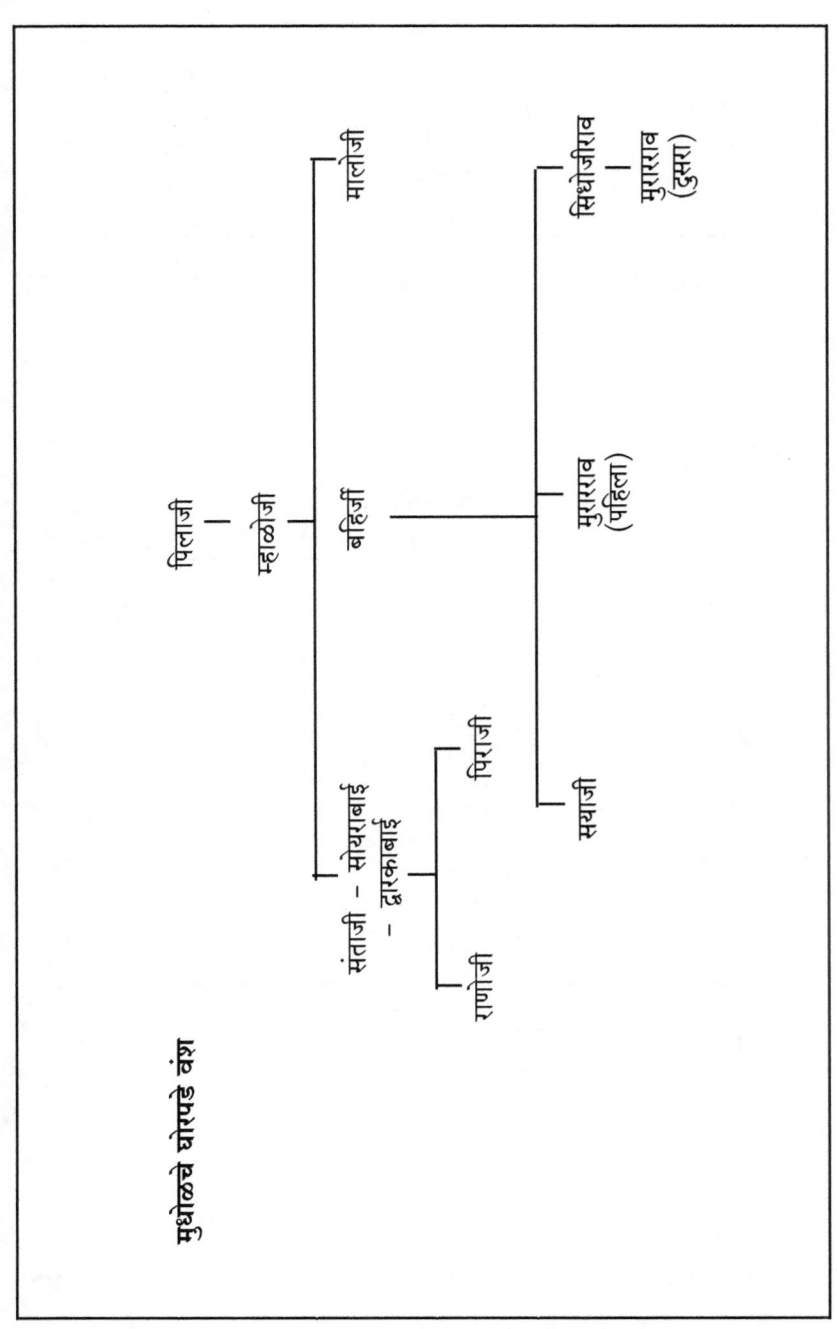

मुधोळचे घोरपडे वंश

पिलाजी
म्हाळोजी

संताजी – सोयराबाई   बहिर्जी   मालोजी
      – द्वारकाबाई

पिराजी   मुरारराव   सिद्धोजीराव
                (पहिला)
राणोजी   मुरारराव
            सयाजी   (दुसरा)

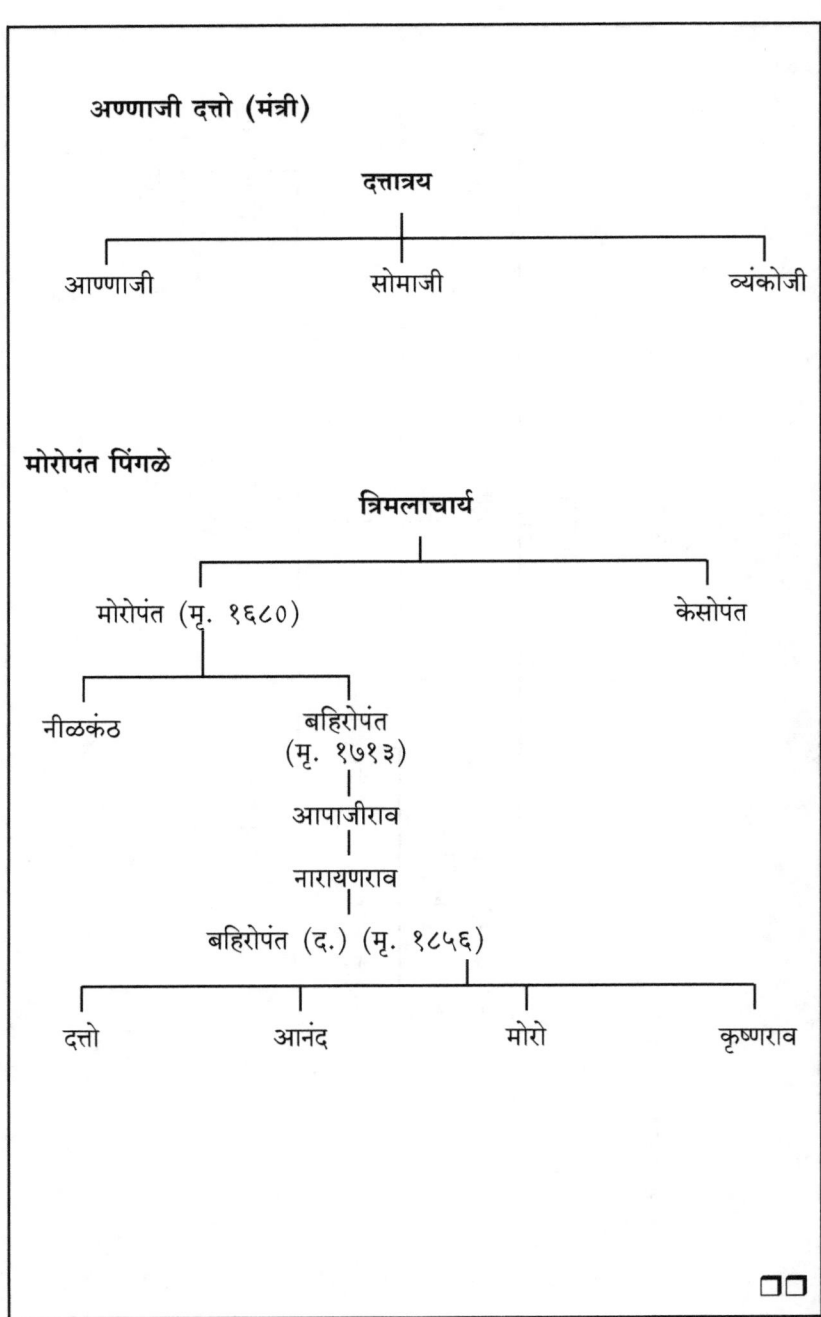

अण्णाजी दत्तो (मंत्री)

- **दत्तात्रय**
  - आण्णाजी
  - सोमाजी
  - व्यंकोजी

मोरोपंत पिंगळे

- **त्रिमलाचार्य**
  - मोरोपंत (मृ. १६८०)
    - नीळकंठ
    - बहिरोपंत (मृ. १७१३)
      - आपाजीराव
        - नारायणराव
          - बहिरोपंत (द.) (मृ. १८५६)
            - दत्तो
            - आनंद
            - मोरो
            - कृष्णराव
  - केसोपंत

पेशवेकाल

(इ.स. १७४९ ते १८१८)

दमाजी थोरात : छत्रपती शाहू विरुद्ध उघडपणे बंड करणारा एक पराक्रमी मराठा सरदार. त्याला सेनापती चंद्रसेन जाधवाचे पाठबळ मिळालेले होते. दमाजीस रामचंद्रपंत अमात्यांनी पुढे आणले. त्यास पाटस, सुपे हे परगणे जहागिर होते. हिंगणगावास जि. पुणे गढीत राहून तो या भागाचे रक्षण करीत असे. त्यास 'रुस्तुमराव' हा किताब मिळालेला होता. राजारामाच्या मृत्यूनंतर ताराबाईच्या नेतृत्त्वाखाली याने मोहिमा केल्या. शाहूने प्रारंभी त्याला आपल्याकडे वळवण्याचे खूप प्रयत्न केले पण याने ताराबाईचा पक्ष शेवटपर्यंत सोडला नाही. आप्पाजी थोरात त्याचा भाऊ हा ही त्याचे बरोबर असे. पहिला पेशवा बाळाजी विश्वनाथ याने आंग्रांशी तह केला त्यात पहिलेच कलम 'दमाजीशी संबंध ठेवू नये' हे होते. बाळाजी विश्वनाथ, पत्नी राधाबाई पुत्र बाजीरावास विश्वासघाताने कैद केले. शाहूशी बंडखोरी करताना 'बेल म्हणजे झाडाचा पाला आणि भंडारा म्हणजे हळद. ती तर मी रोज खातो', असे म्हणून छत्रपती शाहूशी एकनिष्ठ राहण्याच्या शपथेची ह्याने वासलात लावली. तेव्हा छत्रपती शाहूने दंडाची रक्कम भरून पेशवेपरिवारास सोडवून आणले. सुमारे दोन वर्षे दमाजीची ही पुंडाई चालू होती. त्याने सचिवांनाही असेच विश्वासघाताने कैद करून दंडाची रक्कम उकळली. अखेर बाळाजी विश्वनाथ पेशव्याने थोरातास कैद करून सिंहगडावर ठेवले.

कृष्णराव खटावकर – देशस्थ ब्राह्मण : पराक्रमी सरदार पण धरसोडवृत्ती, आणि चंचल स्वभावाचा कधी शाहूकडे तर कधी ताराबाईकडे, कधी दोघांनाही सोडून मुघलांना मिळणारा असा संधिसाधू सरदार. पेशवा आणि छत्रपती शाहू विरुद्ध बंड पुकारणारे जे सरदार होते त्यात तो आघाडीवर होता. ताराबाईच्या पक्षाचा कट्टर समर्थक व अभिमानी होता. सातारा जिल्ह्यातील शंभु महादेवाच्या देवळाजवळील खटाव येथे राहून मराठी राज्यात बंडाळी करून उपद्रव देत असे. औरंगजेबाने त्यास राजा असा किताब व खटावची ठाणेदारी दिली होती. कृष्णा मंबाजी हे त्याचे पूर्वज. या पैकी एक वंशज राघो मंबाजी विद्वान पंडित होता. त्याच्या मुलाचे नाव भगवानराव. हा मोठा धोरणी व शूर पुरुष होता. त्याचा पुत्र हा कृष्णराव खटावकर. त्याने गावची मशीद पाडून दत्त मंदिर बांधले. तेथे त्याचे ग्रंथालय असे. नवीन ग्रंथाच्या प्रति करून घेण्यासाठी त्याने १२ कारकुनांची खास नेमणूक केलेली होती. तो स्वत: व्याकरण आणि न्यायशास्त्रात निष्णात होता. तिरुपतीचा व्यंकटेश आणि जेजुरीचा खंडोबा यावर त्याची नितांत श्रद्धा होती. १७२२ मध्ये त्याच्या अटकेत असलेल्या परशुरामपंत प्रतिनिधीस सोडविण्यास शाहूंनी फौजेसह त्याच्या मुलास श्रीपतरावास यास पाठविले. निकराच्या लढाईत खुद्द कृष्णराव आणि त्याचा मोठा मुलगा ठार पडला. बाकीचे दोघे पुत्र शाहूला शरण आले.

उदाजी चव्हाण : छत्रपती शाहू आणि महाराणी ताराबाई यांच्या गृहकलहात याने ताराबाईचा पक्ष स्वीकारला आणि शाहू विरुद्ध बंडाळी माजविली. बाळाजी विश्वनाथ, थोरले बाजीराव आणि नानासाहेब या पेशव्यांना त्याने आपल्या कारवायांनी सतावले. कोल्हापूरकर संभाजीच्या पदरी राहून तो ही बंडखोरी करीत होता. त्यांना सांगली जवळील डिग्रज गाव इनाम होते म्हणून डिग्रजकर चव्हाण असेही म्हणत. या घराण्याचा मूळ पुरुष राणोजी हा मालोजी घोरपड्यांच्या पदरी होता. त्याचा मुलगा विठोजी हाही पित्याप्रमाणेच अत्यंत शूर आणि धाडशी होते. बहिरजी घोरपडे आणि विठोजी चव्हाण यांनी मुघलांना दे माय धरणी ठाय करून सोडले. बादशहाच्या तंबूचे सोन्याचे कळस कापणारा बहादर असा त्याचा लौकिक होता. त्याबद्दल त्याला 'हिंमतबहार' असा किताब रामराजाने दिला. विठोजी चव्हाण जिंजीसही गेला. दोन वर्षे मुघलांशी सतत संघर्ष करीत राहिला. बंगलोर जवळच्या लढाईत त्याला वीरमरण आले. त्यावेळी उदाजी १६/१७ वर्षाचा होता. सांगली जवळील बत्तीस शिराळे येथे त्याने आपले ठाणे केले. तेथून तो चौथाई वसूल करीत असे.

कोल्हापूरकर संभाजीच्यावतीने त्याने बऱ्याच मोठ्या प्रदेशावर स्वत:चा ताबा मिळविला. इ.स. १७२६ मध्ये त्याने तासगाव, रहिमतपूर पर्यंत दंगे करून आपली विलक्षण दहशत बसविली होती. शाहूने त्याची समजूत घालण्याचे खूप प्रयत्न केले पण त्याची बंडखोरी चालूच राहिली. शाहू महाराज जंगलात शिकारीस गेले असता त्यांचेवर मारेकरी घालण्यापर्यंत त्याची मजल गेली. स्वत: शाहूने त्यांचे विरुद्ध मोहिम काढली. त्यात कोल्हापूरकरांची दाणादाण उडाली. त्यावेळी उदाजी चव्हाण पळून गेला. पण प्रतिनिधींनी उदाजीविरुद्ध मोहिमच काढली. अखेर नानासाहेब पेशव्यांनी त्याची समजूत घालून त्याचा सरंजाम परत दिला. गोवळकोटच्या लढाईत उदाजी मारला गेला.

रंभाजी निंबाळकर : छत्रपती शाहूंच्या राज्याची घडी बसण्यास पेशव्यांना ज्या सरदारांनी अडथळे आणले त्यात रंभाजी हा एक प्रमुख सरदार होता. बादशाही मुलखावर धाडी घालून लुटी करणाऱ्या सरदारात भाग घेऊन हा प्रसिद्धीस आला. शाहजादा अजमशाहा उत्तरेकडे जायला निघाला त्यावेळी त्याच्या छावणीवर याने वारंवार हल्ले केले. शाहजादा बहादूरशाहा दक्षिणेत आला असता त्यालाही याने सळो की पळो केले. शाहू महाराष्ट्रात आल्यावर मात्र याच्या मनमानी कारभारास आळा बसला. बाळाजी विश्वनाथ पेशव्याने त्यांचा मोड करून त्याचे उपद्व्याप बंद पाडले. हा पुढे निजामाला मिळाला आणि मराठेशाहीला त्रास देण्याचे उद्योग करू लागला. निजामाकडील एक बलाढ्य मराठा सरदार असा पुढे त्याचा लौकिक झाला. 'रावरंभा' हा किताब निजामानेच दिला होता.

हैबतराव सिलिंबकर देशमुख : भोर तालुक्यातील गुंजण मावळचे देशमुख होते. शिवाजी महाराजांनी १२ मावळातील देशमुखांना आपलेसे करून स्वराज्याचा उद्योग आरंभला तेव्हा सिलिंबकर देशमुखही त्यांना साह्यकारी झाले. महाराजांच्या बालपणापासून पेशवाई अखेरपर्यंत या घराण्यातील पुरुषांनी मराठेशाहीची एकनिष्ठपणे चाकरी केली. इ.स. १७९१ मध्ये औरंगजेबाच्या सैन्याने तोरणा किल्ल्याला वेढा दिला तेव्हा आबाजी प्रभूंबरोबर सचिवाचा एकनिष्ठ सरदार म्हणून हे हजर होते. त्यावेळी झुंझारमाचीवर मुघलाचा झालेला भयानक हल्ला त्यांनी मोठ्या शौर्याने परतवला, पण त्यात त्यांना वीरमरण आले.

चंद्रसेन जाधव (मृ. १७४३) **:** मराठ्यांचा सेनापती धनाजी जाधव यांचा हा मुलगा व अत्यंत चंचल स्वभावाचा आणि अहंकारी होता. पण बापाएवढा कर्तृत्ववान मात्र होऊ शकला नाही. मात्र ताराबाईच्या पक्षाशी एकनिष्ठपणे राहिला. शाहूच्या प्रदेशात बंडखोरी करणाऱ्या सरदारात आघाडीवर असे. त्याने चंद्रगड नावाचा किल्ला बिदर सुभ्यात बांधला. त्याच्या पराक्रमाचा स्वराज्याला मात्र काहीच उपयोग झाला नाही. काही काळ तो कान्होजी आग्र्यांकडेही गेला. त्याला रामचंद्रराव नावाचा मुलगा होता. त्याला सात हजारी मनसब होती. चंचल वृत्तीचा आणि प्रवृत्तीने दुष्ट होता. पेशव्यांनी त्याला दौलताबादेत कैदेत ठेवले. तथापि निजामाने त्याची सुटका केली. निजामाचा विश्वास नष्ट झाल्याने सारा सरंजाम रद्द झाला, पण वर्तणुकीत काहीच फरक झाला नाही. निजामाने त्याला गोवळकोंड्याच्या किल्ल्यात कैदेत टाकले. तेथेच त्याला १७४३ मध्ये मृत्यू आला.

होनाजी बलकवडे : एक पराक्रमी, धाडसी स्वराज्याशी सदैव एकनिष्ठ असणारा मराठा सरदार. त्याचा उत्कर्ष सचिवांच्या पदरी राहिल्यामुळे झाला. राजाराम जिंजीस गेला तेव्हा महाराष्ट्रभर मुघली सेना किल्ले, प्रदेश व्यापीत होत्या, तेव्हा प्रमुख किल्ले जिंकणे आणि त्याखाली असलेला प्रदेश मराठ्यांच्याच ताब्यात ठेवण्याची प्रमुख कामगिरी सचिवांकडे होती. ती सचिवांनी चोखपणे पार पाडली. त्यात होनाजी बलकवडे याचा पराक्रम विशेष कारणीभूत झाला. सिंहगड जिंकण्याची कामगिरी त्याने अगदी तानाजी मालुसऱ्यांच्याच पद्धतीने पार पाडली. पाली, सुधागड हे कोकणातील किल्ले त्याच्याकडे होते. पुढे तो कोकणचा सुभेदारही झाला.

हरिपंत फडके (मृ. १७९४) **:** हरिपंत हे नाना फडणीसाकडे उपाध्याय म्हणून काम करीत असत. प्रथम कारकुनी कामे करू लागले. नंतर नाना फडणीसाचा उजवा हात बनले महादजी. नाना संघर्ष काळात नानाला विश्वासू अशा सेनापतीची जी गरज होती ती हरिपंताने पूर्ण केली. बारभाई मंडळातील ते एक प्रमुख कारभारी आणि सरदार झाले. राघोबाचा पाठलाग करण्याचे काम त्यानी चिकाटीने पार पाडले. पंढरपूरजवळ कासेगावी दादाच्या फौजेशी त्यांची जोरदार लढाई झाली. साबाजी भोसले यांना यात वीरमरण आले. बारभाईंना या लढाईत माघार घ्यावी लागली. गुजरात मोहिमेत मही नदीकाठी झालेल्या लढाईतही त्याने शौर्य गाजविले. बडोद्याच्या गायकवाडांशी नानाच्यावतीने त्याने यशस्वी वाटाघाटी केल्या. कारभारीपणा

बरोबरच हरिपंत मोहिमासुद्धा करू लागल्याने महादजीला त्यांचे वैषम्य वाटू लागले. इंग्रज - मराठे यांच्या बोर घाटात झालेल्या पहिल्या युद्धात यानी महादजीच्या बरोबरीने भाग घेतला. पुरंदरच्या तहाच्या वाटाघाटीत पुणे दरबारतर्फे हरिपंत बोलणी करीत होते. टिपूवर झालेल्या १७९१ मधील बदामी, नरगुंद, धारवाड आदी लढायात ते प्रमुख सेनानी म्हणून चमकले. त्यांना पोटदुखीची व्यथा होऊन १७९४ मध्ये मृत्यू पावले. त्यांना मोरोबा नावाचा मुलगा होता, पण तो फारसा प्रसिद्धीस आला नाही. कोणताही सरंजाम, वतनाची मागणी न करता दिलेली कामगिरी तो चोख पार पाडीत असे.

ग्वाल्हेरचे शिंदे घराणे : सेंद्रक या क्षत्रिय कुलापासून शिंदे या नावाची उपपत्ती लावली जाते. बहामनी काळात जी शूरवीर घराणी उदयास आली त्यात शिंदे घराण्याचा समावेश होता. नेमाजी शिंदे या तडफदार सरदाराने शाहूला आपले समर्थन दिल्याने शाहूंची बाजू बरीच बलिष्ठ झाली. 'बादशाही खजिन्यावर धाडसाने हल्ले करणारा वीर' म्हणून त्याची ख्याती होती. पण त्याचा नंतरचा इतिहास ज्ञात नाही. सातारा जिल्ह्यातील कण्हेरखेडचे शिंदे हे पाटील होते. राणोजी शिंदे यांच्या पूर्वीच हे घराणे धनसंपन्न, प्रतिष्ठित म्हणून मान्यता पावलेले होते. पेशवाईत ज्या घराण्यांनी मराठी राज्याची तन-मन-धनपूर्वक सेवा केली त्यात शिंदे घराणे अग्रेसर होते. पण राणोजी मात्र बाळाजी विश्वनाथ ह्या पहिल्या पेशव्यांचा निष्ठावान हुजऱ्या होता असा उल्लेख येतो. पेशव्यांकडे आपली उर्जितावस्था होईल या महत्त्वाकांक्षेनेच राणोजी यांनी हे हलके काम स्वीकारले असावे. बाजीरावाने त्याना आपल्या सरदारांच्या प्रभावळीत घेतले आणि शिंदे घराण्यांच्या कर्तृत्वाची कमान उंच उंच जात राहिली. बाजीरावाच्या सर्वच मोहिमात राणोजीने कमालीचे शौर्य गाजविले. शिंदे आणि होळकर म्हणजे पेशव्यांचे दुहेरी संरक्षक कवच बनले. १७२९ मध्ये त्यांना सरंजाम व पालखी मिळाली. १७३१ मध्ये त्यांची माळव्यात चौथ सरदेशमुखीच्या वसुलीसाठी नेमणूक झाली. बाजीरावाने १७३७ मध्ये थेट दिल्लीस धडक मारली. त्यातही शिंद्यांच्या पराक्रमाचा मोठाच वाटा होता. निजामाला भोपाळच्या लढाईत (१७३८) बाजीरावाने शिंद्यांच्या मदतीनेच धूळ चारली. वसई प्रांत काबीज करण्यातही त्याने सहभाग दिला. १७४५ मध्ये त्याला मृत्यू आला.

राणोजीचा जोतिबा हा मुलगा तरुणपणीच मृत्यू पावला पण बाकीच्या जयाप्पा, दत्ताजी, महादजी आणि तुकोजी यांनी मात्र विलक्षण पराक्रम गाजविले. माळव्यातील

जहांगिरीवर जयाप्पाची नेमणूक झाली. मिळेल तेथून द्रव्य जुलूमाने गोळा करावे, खंडण्या जमा कराव्यात या त्याच्या उद्योगाने उत्तरेत मुसलमान, रजपूत, जाट, राजेरजवाडे कमालीचे नाराज झाले. सर्वत्र शत्रूच उत्पन्न झाले. त्याचा परिणाम १७६१ च्या पानिपतच्या रणांगणावर मराठ्यांना कुणीच मित्र नव्हता. जयपूर गादीच्या वारसाच्या तंट्यात जयाप्पाचा खून झाला. १७४८ पासून अब्दालीच्या भारतावरील स्वाऱ्या सुरू झाल्या. १७५१ महमद बंगषाला शिंदे - होळकरांनी पळवून लावले. जयाप्पाच्या जनकोजी या मुलाच्या नावे शिंद्यांची जहागिरी कायम झाली. १७५७ च्या शिंदखेडच्या लढाईत जनकोजीने मोठाच पराक्रम गाजविला. त्याच्या सारखाच त्याचा काका दत्ताजी शिंदे उत्तरेत रणांगण गाजवत होते. अबदालीच्या पठाण रोहिल्याच्या फौजेशी लढताना दत्ताजी मारला गेले (१७६०) आणि मराठ्यांचे अतोनात नुकसान झाले. सदाशिवराव भाऊंना पुढे पानिपतच्या रणांगणावर त्याची उणीव प्रकर्षाने जाणवली असणार. पानिपतच्या संग्रामात जनकोजी हे सतत सदाशिवराव भाऊजवळच राहिले. पानिपतावर शिंद्यांच्या पथकाचे अतोनात नुकसान झाले. तुकोजी मारला गेला. जनकोजी जखमी स्थितीत शत्रूला सापडला असता त्याचा वध झाला. महादजी हा एका पायाने कायमचा अधू झाला. तथापि सुरक्षितपणे पळापळीतून वाचून देशी येऊ शकले. १७८४ ते ९४ या काळात महादजीने उत्तरेतील कारभारच नव्हे तर खुद्द बादशाहालाही आपल्या मुठीत ठेवले. पेशव्यांचे लष्कर म्हणजे महादजीचे सैन्य असेच मानले जाई. नाना फडणीसाच्या सर्व लष्करी योजना यशस्वी करण्याचे पर्वताएवढे कार्य महादजीने पार पाडले सवाई माधवराव पेशव्यांवर त्याचा सदैव लोभ, निष्ठा राहिली. त्याच्यासाठी त्याने बादशाहाकडून वकील इ. मुतलक हा दुर्मिळ किताब अर्पण केला. या सर्व काळात नाना फडणीस आणि महादजी शिंदे ही मराठी राज्याची दोन चाकेच होती. पहिल्या इंग्रज-मराठे युद्धात महादजीच्या सेनापतीत्वामुळेच मराठ्यांचा जय झाला. इंग्रजी तोफखाना आणि कवायती पलटणीचे महत्त्व प्रथम लक्षात घेणारा हा सेनापती होता. लवकरच त्याने स्वत:च्या कवायती पलटणी दी बॉइन ह्या फ्रेंच सेनापतीच्या अधिपत्याखाली उभ्या केल्या. साहजिकच पेशव्यांची सत्ता म्हणजेच महादजीची सत्ता मानून इंग्रज त्यांना अत्यंत दबकून आपली राजकारणे करीत. दुर्दैवाने १७९४ मध्ये त्याचा मृत्यू झाला. त्याच्या पश्चात त्यांच्या भावाचा नातू दौलतराव शिंदेशाहीचा सरदार झाला. नाना फडणीस आणि दौलतराव यांच्यात जीवघेणी सत्ता स्पर्धा, हेवेदावे सुरू झाले. नानाला खुद्द दौलतरावाच्या कैदेत पडावे लागले. नाना, दौलतराव, बाजीराव ही

तीन टोकांना असलेली शक्ती केंद्रे सदैव अलग राहून एकमेकांवर मात करण्याची संधी शोधत राहिली. दौलतराव हे दिसायला अत्यंत सुंदर, विलासी, कपटी कारस्थानी, पैशाचा अत्यंत लोभी होते. शिंदे होळकरांच्या १८०८-०९ मधील दंगलीत उत्तरेची मात्र राखरांगोळी झाली. इ.स. १८१० मध्ये शिंद्यांनी ग्वाल्हेर हे राजधानीचे ठिकाण केले. इ.स. १८२७ मध्ये दौलतराव मृत्यू पावला. १८५७ च्या बंडात शिंद्यांच्या लष्कराने बंडवाल्यांना साथ न देता इंग्रजनिष्ठा दाखविली. इंग्रजी राजवटीत सर दिनकरराव राजवाडे संस्थानचे दिवाण झाले आणि त्यांनी महसूल, न्याय, रस्ते, शाळा इ. पद्धतीत सुधारणा घडवून आणल्या.

राजेबहाद्दर दाणी – नारो शंकर (मृत्यू १७७५) **:** हा शूर व पराक्रमी ब्राह्मणसरदार तलवार बहाद्दूर होते. प्रथम उदाजी पवाराच्या हाताखाली होते. माळव्यातील राजकारणात उदाजी पवाराच्या हाताखाली हे होते (१७२०). १७३० मध्ये ते मल्हारराव होळकरांच्या पदरी होते. होळकरांतर्फे इंदूरचा सुभेदार होता. १७४२ मध्ये त्यांनी ओरछा ते ठिकाण जिंकले. पुढे झासी येथे राहून १४ वर्षे त्यांनी कारभार केला. त्यांना जरीपटका, नौबत व १५ लक्षांचा सरंजाम होता. त्याचेबद्दल तक्रारी आल्यावरून पेशव्यांनी त्याला परत बोलाविले. त्यानंतर गुजरातच्या मोहिमेत त्यांनी पराक्रम केला. कर्नाटकातील सावनूरच्या मोहिमेतही हे अग्रभागी राहिले. दत्ताची शिंद्यांच्या मध्यस्थीने पुन्हा पेशव्यांची मर्जी प्रसन्न होऊन त्यांची रवानगी उत्तरेत झाली. (१७५७). राघोबा काही काळ पेशवा होता तेव्हा प्रतिनिधीची बडतर्फी होऊन त्यांच्या जागी यांची नेमणूक झाली. नारो शंकर हे राघोबा दादाचे लाडके सरदार होते. याच्या ताब्यात दिल्ली असता त्यांनी बादशाहाचे एका रक्षण केले म्हणून बादशाहाने त्याना राजेबहाद्दर हा किताब दिला. बादशाहाने मालेगाव जहागिरी देऊन सरंजामही बहाल केला होता. १७४० मध्ये त्यांनी मालेगावात किल्ला बांधला. नाशिक तेथील रामेश्वरचे देवालय त्यानी बांधले. तेथे एक प्रचंड घंटा वैशिष्ट्यपूर्ण आहे ती यांचीच निर्मिती. काही काळ शिंद्यांचा दिवाण होते. राघोबाच्या मृत्यूनंतर मात्र उदास झाला. राघोपंत व त्रिंबकराव असे दोन पुत्र त्यांना होते.

शिवभट साठे (१७५६ – ८७) **:** नागपूरकर भोसल्यांच्या पदरी सरदार होता. भोसल्यांच्या ओरिसा प्रांताचा सुभेदार होता. जानोजी–मुधोजी संघर्षात तो जानोजी संमर्थक राहिला. माधवराव–जानोजी संघर्षात मात्र तो पेशव्यांच्या बाजूस

राहिला. मीर कासीम, मीर जाफरशी संधान ठेवून त्याने बंगालमध्ये इंग्रजांचा चंचूप्रवेश होऊ दिला नाही. इंग्रजांनी याच्या विरुद्ध जानोजीस कागाळ्या करून त्यास कामावरून दूर करून कैदही करविले. चौथाई वसुलीत मीर कासीम व मीर जाफर दोघेही इंग्रजांच्या पाठिंब्याने अडथळे करू लागले. याने इंग्रजांशी लढण्याचा प्रयत्न केला पण इंग्रजांपुढे याचा टिकाव लागेना. याच्या भावाचे नाव भास्करराव. जानोजीच्या ताब्यात हा कटक प्रांत देईना तेव्हा जानोजीने भवानी काळोची रवानगी केली तेव्हा हा इंग्रजांचे आश्रयास गेला आणि इंग्रजांनीही त्याना आश्रय दिला. पुढे तो पेशव्यांकडेही गेल्याचे दिसते. १७५६ पासून आठ वर्षे तो ओरिसाचा सुभेदार होता. त्या काळचा बराच पत्रव्यवहार आता प्रसिद्ध झालेला आहे. त्याचा अंमल प्रजेस अत्यंत सुखकारक वाटला. तो येथे आला तेव्हा सर्व प्रांत उध्वस्त होता, अव्यवस्था होती. हळू हळू त्याने उत्पन्न वाढविले. इंग्रज लेखकांनी मराठ्यांच्या ओरिसातील कारभाराची निंदा केली असली तरी शिवभटाच्या कारभाराची त्यांना स्तुतीच करावी लागली.

पटवर्धन घराणे : रत्नागिरी जिल्ह्यातील गणपतीपुळ्यापासून आठ मैलांवरील कोतवडे हे पटवर्धनांचे मूळ गाव. त्या गावचे खोत सहस्त्रबुद्धे यांचे ते उपाध्ये होते. प्रारंभी कृष्णभट वगैरे चौघा भावांनी कारकुनी पेशा स्वीकारला. त्रिंबकपंत, गोविंदपंत आणि रामचंद्रपंत यांनी अनुक्रमे कुरुंदवाड, सांगली, वुधगाव मिरज आणि तासगाव ही संस्थाने स्थापन केली. पटवर्धनांची सरदारी मुळात गोविंदपंताचीच होती. पोटात त्यांच्या भावांचे हिस्से होते. १७६३ मध्ये त्यांना ६३ लक्षाचा सरंजाम देण्यात आला. त्याचा राजकीय उदय १७३० मध्ये झाला. इंद्रोजी कदमाकडे त्यांना पागेची फडणीशी मिळाली. जेव्हा पहिल्या बाजीरावाने दिल्लीपर्यंत धडक मारली. तेव्हा त्या मोहिमेत पिलाजी जाधवाबरोबर गोविंद हरीसुद्धा अग्रभागी राहिला. थोरले बाजीरावाच्या साष्टीच्या मोहिमेत रामचंद्र हरीने भाग घेतला होता. १७४० मध्ये रामचंद्र हरी मृत्यू पावले. त्याचा मुलगा परशरामभाऊ अल्पवयीन म्हणून त्या पथकाचे नेतृत्व गोविंद हरीच करू लागला. १७४१ मध्ये गोविंद हरीस पागेची सरदारी मिळाली. शाहूच्या मृत्यूनंतर साताऱ्यातील गेंड्याच्या माळावर झालेल्या लढाईत पटवर्धन बंधूंनी हिरिरीने भाग घेतला. पटवर्धनांचे खरे कार्यक्षेत्र कर्नाटक हेच राहिले. औरंगजेबाच्या काळात मराठ्यांचे कर्नाटकावरील वर्चस्व नष्ट झाले होते. बादशाही सनदेनुसार कर्नाटकची चौथाई सरदेशमुखी वसुली करणेचे कामी पेशव्यांनी पटवर्धनांची नेमणूक केली. १७४६ मध्ये बाजीरावाच्या वतीने पटवर्धनांनी कर्नाटकातून प्रचंड

संपत्ती लुटून आणली. पटवर्धनांच्या जहागिरीच्या सीमा कर्नाटकाला भिडलेल्या असल्याने त्यांचेकडेच कर्नाटक सुभ्याचे काम आले. भालकीच्या तहाने (१७५१) पेशवे आणि निजाम यांनी कर्नाटकात स्वारी करून प्रदेश निम्मानिम्मा वाटून घ्यावा असे ठरले.

१७५५ पर्यंत पेशव्यांनी दरवर्षी कर्नाटकात पटवर्धन सरदारांच्या मदतीने मोहिमा आखल्या. होळेहुन्नूर, धारवाड हे किल्ले जिंकले. १७५६ मध्ये सौंध्याच्या आणि सावनूरच्या स्वारीत गोपाळराव, पुरुषोत्तम कृष्ण आणि नारायण कृष्ण हे आपल्या पथकासह हजर होते. दोंदवाडचे ठाणे गोपाळरावाने इनाम मिळविले. सावनूरच्या नवाबाचा मुलूख पटवर्धन आणि रास्ते यांना सरंजाम मिळाला. गोपाळराव पटवर्धनांनी विशेष परिश्रम आणि पराक्रम केला. निजामाविरूद्धच्या संघर्षात अखेर साखरखेडे तेथे तह झाला. नळदुर्ग किल्ला आणि २५ लक्षांचा मुलूख पेशव्यांच्या पदरी पडला, त्यात गोविंद हरीचे पराक्रम विशेष कारणीभूत झाले. नानासाहेबाच्या निजामावरील मोहिमेत सर्व पटवर्धन राघोबापाशी पथकानीशी हजर झाले. गोपाळराव मात्र गेला नाही. उदगीरच्या तहात १८ महाल रामचंद्र पटवर्धनास मिळाले. थोरल्या माधवरावांच्या कारकिर्दीत गोपाळरावानी हैदर विरुद्धच्या लढायातूनही आपल्या तलवारीचे चांगलेच पाणी दाखविले. दौलताबादच्या किल्ल्याच्या वेढ्याच्या राजकारणात गोपाळराव-पेशवे यात कुरबूर होऊ लागली. गोपाळराव जेवढा पराक्रमी होते, तेवढाच संतापी आणि करारी होता. थोरल्या माधवरावाने निजामाविरुद्ध काढलेल्या मोहिमेत मेदक आणि चांभार गोंद्याच्या लढाईत पटवर्धन मंडळींनी मोठीच कामगिरी बजाविली. पुढे मिरजेचा किल्ला पटवर्धनास परत देण्यात आला. काही काळ गोपाळराव निजामालाही जाऊन मिळाले. पण त्यांची समजूत घालून त्यांना पुन्हा पेशवाईत रुजू करून घेण्यात आले. गोपाळराव व वामनराव हे सख्खे बंधू आणि परशरामभाऊ चुलत बंधू असे कालानुक्रमे पटवर्धन सरदार झाले.

हैदरवरील तिसरी स्वारी ही थोरल्या माधवराची आणि गोपाळरावाची अखेरची मोहीम ठरली. त्यावेळी गोपाळरावानी असामान्य शौर्य, धैर्य आणि समयसूचकता दाखविली. रात्रंदिवस ते युद्ध सज्ज होते म्हणूनच मराठ्यांना विजय मिळू शकला. गोपाळराव वयाच्या पन्नाशीत (१७७१) मृत्यू पावले. त्यानंतर त्यांचा धाकटा बंधू वामनराव पटवर्धनांच्या सरदारीचा प्रमुख झाला. कर्नाटकाच्या रणांगणावर याने विलक्षण शौर्य दाखविले या लढाईत नीलकंठ त्र्यंबक पटवर्धन गोळ्या लागून ठार झाला. (१७७१) वामनराव पटवर्धन १७७५ मध्ये मृत्यू पावला. या चार वर्षात

पेशवे घराण्यात मोठ्याच उलाढाली झाल्या. त्यात नाना फडणीसाना पटवर्धनांनी मनापासून साथ दिली. कासेगावी राघोबाबरोबर झालेल्या लढाईत (१७७४) पटवर्धन मंडळींनी विलक्षण शौर्य गाजविले. गंगाबाई आणि बालपेशव्याच्या संरक्षणाची कामगिरी पटवर्धन मंडळींनी चोख पार पाडली. १७७५ च्या सुमारास वामनराव मृत्यू पावले. पांडुरंगराव लष्करी कामापेक्षा हिशेबी कामात वाकबगार होते, तर गंगाधरराव वयाने लहान होते. त्यामुळे पटवर्धनांच्या सरदारीची जबाबदारी परशराम भाऊंवरच पडली. या काळात पटवर्धनांची आर्थिक स्थिती बरीच बिकट झाली. बरेच कर्जही झाले. 'तुमची सरदारी तुम्ही चालवा, आम्ही आमची चालवू' अशी व्यवस्था भावांत करण्यात येऊन पांडुरंग गोविंद आणि कोन्हेरे त्रिंबक यांना हैदरची मोहीम' तर कोल्हापूरकरांवरील मोहिमा रघुनाथ नीळकंठ आणि परशरामभाऊंनी सांभाळाव्यात असे ठरले. सावशीच्या लढाईत कोन्हेर त्रिंबक ठार झाला. पांडुरंगराव जबर जखमी झाला. हैदरच्या कैदेत त्याचा मृत्यू झाला (१७७७). आता परशराम भाऊ व रघुनाथराव हे दोघेच पटवर्धन मोहिमांवर जाऊ लागले. परशरामभाऊंनी कर्नाटकातील सुरापूरच्या देसायांविरूद्ध मोहीम सुरू केली. पंढरपुराजवळ देसायाचा पराभव केला (१७७९). तसेच कोल्हापूरकर यांच्याशी पटवर्धनाचे वैमनस्य असल्याने त्यांच्याविरुद्धही मोहीम काढल्या. त्यात आपला ज्येष्ठ पुत्र रामचंद्रराव यालाही बरोबर घेतले. रामचंद्र हा जखमी होऊन कोल्हापूरकरांकडे कैद झाला. तथापि कोल्हापूरकरांनी त्याला औषधपाणी देऊन सन्मानाने पाठवून दिले. त्यामुळे आपण कोल्हापूरकरांविरुद्ध तलवार धरणार नाही अशी रामचंद्रावाने शपथ घेतली. परशुराम भाऊंनी १७८२ मध्ये टिपूवरील मोहिमेत विलक्षण शौर्य गाजवून इंग्रज सेनापतींनाही चकित केले. १७९० मध्ये श्रीरंगपट्टणची मोहीमही भाऊंनी तडफेने चालविली. लढाईत या लढाईत पांडुरंगरावांचा पुत्र चिंतामणी हजर होता. धारवाडच्या मोहिमेत इंग्रजांची शिस्त, योजकता, शौर्य इ. मुळे भाऊ अगदी भारावून गेला. सन १७९५ ची खर्ड्याची लढाई हा तर भाऊंच्या सेनापतीपदाचा विजयाचा तुराच मानला पाहिजे. निजामाची तुंबलेली खंडणी वसूल करणे हा या स्वारीचा हेतू होता. एकदिलाने सर्व मराठे सरदारांनी लढलेली ही शेवटची लढाई होती. सवाई माधवरावांच्या अपघाती निधनाने पुणे दरबारात गोंधळ सदृश परिस्थिती झाली. दुसऱ्या बाजीरावाच्या काळात पेशव्यांचे मुख्य कारभारीपदही भाऊंनी सांभाळले. परशुराम यांनी सातारकर छत्रपतींवर मोहीम काढली. इतर कुणाचीच मदत न मिळून सातारकर छत्रपती अखेर भाऊस शरण आले. त्यांची पुन्हा साताऱ्यास पुर्नस्थापना करून भाऊ परतले. या काळात

करवीरकरांशी भाऊंचा संघर्ष चालूच होता. पटणगुडीच्या लढाईत (१७९९) भाऊ रणांगणात जखमी झाले व कोल्हापूरकरांनी त्याचा वध केला. त्यांना वीरमरण आले. त्यांचा मुलगा रामचंद्र यानेही कोल्हापूरकरांविरुद्धची मोहीम नेटाने चालू ठेवली. त्यांच्याबरोबर मेजर ब्राऊनींग आणि दौलतरावाची पलटणे होती. त्यांच्यापुढे कोल्हापूरकरांचा टिकाव लागू शकला नाही. तथापि चिकाटी, शौर्य मात्र कोल्हापूरकरांनी निश्चितच दाखविले. ३० एप्रिल १८०० रोजी रामचंद्ररावाने या संघर्षातून अचानक माघार घेतली. त्यायोगे मराठी राज्यातील पटवर्धनांच्या वर्चस्वास ग्रहण लागले. तरी धोंडजी वाघाची बंडाळी त्यांनी मोडली. आर्थिकदृष्ट्या दिवाळखोरीने पटवर्धन सरदारांच्या पराक्रमाचे तेज फारसे पडू शकले नाही. तथापि, उत्तरेत शिंदे-होळकर पश्चिमेस आंग्रे धुळप या घराण्यातील सर्व पुरुषांनी जशी निष्ठेने मराठेशाहीची सेवा केली. त्याचप्रमाणे दक्षिणेत मराठा राज्याची एकनिष्ठपणे सेवा करणारा पटवर्धन हे एकच घराणे दाखवता येते.

त्रिंबक (मामा) पेठे (मृ. १७७४) : विसाजी कृष्ण पेठ्यांचा हा मुलगा. बाळाजी विश्वनाथाचा जावई, त्र्यंबकराव घोरपडे ह्याची मुलगी ही याची बायको. शाहू छत्रपतींच्या मृत्यूनंतरच्या काळात पेशवाईत हाच प्रमुख सरदार होता. त्याची बहीण चिमाजी अप्पास दिलेली होती. थोरले माधवराव आणि राघोबा यांच्या संघर्षात मामा माधवरावाचे बाजूस राहिले. काही काळ पेशव्यांचा कारभारी म्हणूनही काम पाहिले. थोरल्या माधवरावांच्या कर्नाटकाच्या स्वारीत सारी सूत्रे याच्या हाती होती. अत्यंत रणशूर, धाडसी, हिकमती होता. संकटप्रसंगी त्याचे हे गुण प्रकर्षाने जाणवत असत. मात्र, गोड बोलून आपले काम करवून घेण्याची कला मात्र त्याला अवगत नव्हती. पेठे मामाही थोडे गर्विष्ठही होते. बारभाई काळात प्रमुख सेनापती म्हणून नेत्रदीपक कामगिरी केली. १७७४ मध्ये पंढरपुराजवळील कासेगावी राघोबा दादा बरोबर झालेल्या लढाईत त्याचा मृत्यू झाला. बारभाई पक्षाचे ह्यायोगे कंबरडेच मोडल्यासारखे झाले. त्याच्या मुलाचे नाव विश्वासराव हा पुढे पेठ्यांच्या पथकाचा प्रमुख झाला.

हंबीरराव मोहिते (सेनापती) (मृ. १६८७) : याचे मूळ गाव हंसाजी. १६७४ पावेतो शिवाजीच्या सैन्यात पंचहजारी सरदार होता. विजापूरच्या सैन्यावर अवघ्या सात स्वारांसह प्रतापराव गुजर तुटून पडला आणि ठार झाला. पण हंसाजीने

बाजी सावरून धरली तेव्हा शिवाजी महाराजांनी 'हंबीरराव' किताब त्याला दिला आणि मराठ्यांचा सेनापती नेमले, १६७५ साली हंबीररावानं मुघली प्रदेशात प्रचंड लूट करून रायगडी जमा केली. शिवराय कर्नाटकातून देशी आले तरी व्यंकोजीच्या समोर फौजेसह हंबीररावास ठेवले होते. त्यावेळी कृष्णा, तुंगभद्रा दुआबातील प्रदेश त्यांनी जिंकला. विजापुरी सैन्यास वेढ्यात कोंडून बसलेल्या दिलेरखानाला वेढा उठवणे त्यांनी भाग पाडले. छत्रपती संभाजीचा ज्येष्ठ समर्थक आणि साहाय्यक. त्याच्या मदतीनेच युवराज संभाजी सर्व कट कारस्थानांवर मात करून छत्रपती होऊ शकला. १६८७ मध्ये वाईजवळ सर्जाखानाशी झालेल्या लढाईत त्याना वीरमरण आले. त्याच्या मुलीचे लग्न शिवाजी महाराजांचा दुसरा मुलगा मराठी राजाराम याच्याशी लग्न झाले. तीच पुढे महाराणी ताराबाई म्हणून इतिहासात प्रसिद्ध झाली.

कृष्णाजी धुळप : आंग्र्यांच्या पदरचे एक पराक्रमी घराणे. नानासाहेब पेशव्यांनी आंग्र्यांचा समूळ उच्छेद करून एक नवेच घराणे प. किनारपट्टीवर अवतीर्ण केले. थोरल्या माधवरावाच्या मृत्युनंतर इंग्रजांनी ठाणे, साष्टी, विजयदुर्ग, वसई वगैरे ठाणी जिंकली. त्यावेळी त्यांना तेथून हुसकवून लावण्याची कामगिरी यांच्याकडे होती. धुळपांचे आरमार आंग्र्यांच्या आरमाराच्या तोडीचे नसल्याने इंग्रजांना साष्टी (ठाणे) वसई येथील किल्ले जिंकण्यापासून ते थांबवू शकले नाहीत. फक्त आरमारी युद्धात काही किरकोळ विजय त्यांना मिळाले. ती कामगिरी त्यांनी चोख पार पाडली. पेशव्यांचा भरभरक्कम पाठिंबा लाभल्याने कृष्णराव धुळप, आनंदराव धुळप यांनी काही काळ प. किनारपट्टीवरील मराठ्यांची बाजू सावरून धरली. तथापि सवाई माधवरावाच्या काळात आरमाराकडे द्यायला पाहिजे तेवढे लक्ष मराठी राज्यधुरीणी देऊ शकले नाहीत.

कान्होजी भोसला (दुसरा सेनासाहेब सुभा) (मृ. १७३०) **:** हा परसोजी भोसल्याचा मुलगा. शाहूकडून सेनासाहेब पदाची वस्त्रे घेऊन वऱ्हाडात आला. दारव्हा हे महत्त्वाचे ठिकाण काबीज करून तेथे आपली राजधानी केली. शूर पराक्रमी होता. कर्नाटकात मराठी अंमल पूर्ण बसविण्याचे काम जरी रघुजीने पूर्ण केले तरी त्याचा प्रारंभ यानेच केला. हा अत्यंत धार्मिक होता. रघुजीस त्याने स्वत:जवळ ठेवून घेतले, तथापि, स्वत:ला रामाजी नावाचा मुलगा होताच. रघुजीशी त्या मुलाचे खटके उडू लागले म्हणून पुढे रघुजी निघून गेला. कान्होजीचा कारभार अत्यंत

शिस्तीचा होता. स्वत: तो अत्यंत तापट होता. १७२५-२७ कान्होजी बाजीरावाबरोबर कर्नाटक माहिमेत होता. पुढे हा शाहूस जुमानेसा झाला. कान्होजी पळून निजामाकडे गेला. त्याचे सेनासाहेब पद पुढे रघुजीस दिले गेले. शाहूंच्या कैदेत त्याला मृत्यू आला.

खंडेराव राजे शिर्के (डेरवणकर) (मृ. १८४८) **:** हे भवानजीराजे शिर्के यांचे चिरंजीव. डभईच्या लढाईत भवानजीराजे हे एक पराक्रमी सरदार सहभागी होते. कोकणातील डेरवण गावचे इनामदार असल्याने त्यांना डेरवणकर शिर्के म्हणत. त्यांची मुलगी दुसरे शाहू यांना दिली होती. सातारचे प्रतापसिंह व अप्पासाहेब महाराज यांच्या त्या मातुश्री होत. खंडेरावांना मामासाहेब शिर्केही म्हणत. हे फार बुद्धिमान व कर्तृत्ववान होते. साताऱ्यास नवी गादी १८१८ मध्ये निर्माण झाली. त्याप्रसंगी त्यांना 'सरलष्कर' हे पद दिले गेले. प्रतापसिंहाच्या पदच्युतीनंतर त्यांचे बंधू आप्पासाहेब छत्रपती झाले. त्यांचा खंडेरावांवर विशेष लोभ होता. १८४२ मध्ये त्यांना सेनापतीपद दिले गेले. सातारचे राज्य खालसा होईपर्यंत ते कायम होते. त्यांना क्षत्रिय मराठे ज्ञातीचा विशेष अभिमान होता. त्यांचा इंग्रजांशी स्नेह होता. दक्षिणेतील संस्थानचे संरक्षण करण्यात त्यांचा मोठाच वाटा होता. त्यांना अंबाजी व आनंदराव असे औरस पुत्र होते.

साळुंखे - पाटणकर (हुजूर वाडेकर) : हे एक क्षत्रिय घराणे अत्यंत प्राचीन आहे. चुलकी-चालुक्य हे क्षत्रिय घराणे महाराष्ट्राच्या इतिहासात फार प्रसिद्ध होते. ते त्यांचे मूळ घराणे. अयोध्या (उत्तर प्रदेश) हे त्यांचे मूळ स्थान. तेथून ते दक्षिणेत ऐहोळ येथे स्थिरावले. बदामी येथे स्वपराक्रमावर राज्य स्थापन केले. त्यात विक्रमसिंह उर्फ विक्रमादित्य हा बलाढ्य राजा होऊन गेला. त्यांनी महाराष्ट्रात प्रवेश करून त्यांचे राष्ट्रकूट वंशाशी अनेक संघर्ष केले. विक्रमसिंह हाच या चालुक्य वंशाचा संस्थापक मानला जातो. इ. स. ६२५ दक्षिणेतील दुसरा पुलकेशी याने आपला राजदूत इराणला पाठविले होते.

जोत्याजीराव (जयपालराव) पाटणकर : हे शिवपूर्व कालात होऊन गेलेले वीरपुरुष, हे या घराण्याचे संस्थापक मानले जातात. तुकोजीराव या त्यांच्या भावास मिऱ्या-झाडगत-नाचणे शिवरे येथील इनामे होती. बहमनीराजांनी 'सावंत' ही पदवी त्यांना दिली. पुढे विजापूरच्या आदिलशाहांनी जोत्याजीरावास दंतगिरी व

गुणवंतगडची देशमुखी, तसेच पाटण महालातील साठ गावांची देशमुखी बहाल केली. अत्यंत शूर, धाडसी सरदार म्हणून प्रसिद्ध होते. गोव्याच्या मोहिमेत जोत्याजीरावाने केलेल्या पराक्रमामुळे शिवाजी महाराजांनी दोन हजार स्वारांची मनसब त्यांना दिली. सातभाई-पाटणकर या शाखेने निष्ठेने शिवाजी महाराजांची सेवा केली. महाराजांनी राज्याभिषेक समयी यशवंतराव यांचा खास सत्कार केला. महाराजांच्या दक्षिण मोहिमेत त्यांना वीरगती प्राप्त झाली. संभाजी महाराजांच्या काळातही पाटणकर घराणे स्वराज्य सेवा बजावीत होते. नागोजीराव व चांदजी हे पिता-पुत्र विलक्षण पराक्रमी होते. विशेषत: राजारामाच्या कारकिर्दीत त्यांचा पराक्रम फारच उठून दिसतो. महाराष्ट्रात सचिवांबरोबर सतत मोहिमात राहून औरंगजेबाने जिंकलेला सर्व प्रदेश यांनी जिंकला. संताजी आणि धनाजी या सेनापतींबरोबर जवळ-जवळ सर्वच मोहिमात त्यांनी भाग घेतला. नागोजी आणि चांदजीच्या पराक्रमावर खूष होऊन त्यांना 'पंचसहस्त्री' मनसब बहाल झाली. मराठी सैन्यात त्यांचे स्थान सर सेनापतीच्या खालोखाल होते. सचिवांनी त्याना १२ गावे इनाम दिली व एक हत्ती देऊन त्यांचा गौरव केला. रामाराव पाटणकर यांचेही नाव 'पंचसहस्त्री' म्हणून कागदपत्रातून येते. कर्नाटकाच्या रणांगणावरही नागोजी-चांदजीं या पिता-पुत्रांनी चांगलीच तलवार गाजविली. अलीमर्दाखानाचा दणदणीत पराभव करून जिंजीचा वेढा उठवणे त्याला भाग पाडले. परगणे पाटण या पराक्रमाबद्दल त्यांना इनाम मिळाला. पदाजी पाटणकर यांचेही नाव पंचसहस्त्री म्हणून येते. चांदजीला दोन हजार होनांचा सरंजाम मिळाला. संताजी-धनाजी यांच्यातील यादवी संघर्षाने चांदजी दु:खी झाले. त्यांनी समेट घडवून आणण्याचाही प्रयत्न केला. तथापि त्यांना यश मिळाले नाही. १७९६ मध्ये त्यांची रवानगी पुन्हा कर्नाटकाच्या रणांगणावर झाली. महाराणी ताराबाईच्या काळात सातारा किल्ल्याचा वेढा उठवण्याची त्यांनी कामगिरी केली.

जानराव नागोजी पाटणकर यांनी मोठाच नाव लौकिक संपादन केला. नानासाहेब पेशव्यांबरोबर कर्नाटकच्या स्वारीत बहुली, ओनोरचे किल्ले जिंकले. कडाप्पा, अर्काटच्या मोहिमेतही मर्दुमकी गाजविली आणि महाराष्ट्रात परतले. उदगीरच्या मोहिमेत त्यांनी जो पराक्रम केला त्याबद्दल त्यांची सर्वत्र वाहवा झाली. पेशव्यांनी खास दरबार भरवून जानरावाचा सत्कार केला. पानिपतच्या रणांगणावरही त्यांनी हजेरी लावली. राक्षसभुवनच्या लढाईत थोरल्या माधवरावबरोबर पराक्रम गाजवून निजामाचा पराभव केला. आपाजीराव द्वारकोजी पाटणकर हे चांदजीचे नातूसुद्धा तेवढेच कर्तृत्ववान होते. एकदा थोरले माधवराव आणि नारायणराव हे पर्वतीखाली हत्तींची दंगल पहात असता एक हत्ती थेट माधवरावाच्या रोखानेच धारत आला

असता आपाजीरावाने कट्यारीने मारा करून त्या हत्तीस परतविले. त्याबद्दल त्यांना चौघड्याचा मान पेशव्यांकडून मिळाला. बारभाई मंडळाने हरिपंत फडक्यांबरोबर जानरावाची गुजराथच्या मोहिमेवर रवानगी केली. त्या कामगिरीबद्दल पेशव्यांनी त्यांचा सत्कार केला. टिपूबरोबरच्या लढाईत बदामीच्या किल्ल्यावरील हल्ल्यात विलक्षण शौर्य गाजवून तो जिंकला. पण त्यात त्यांना वीरमरण आले. पेशवाईत मुठेच्या काठी त्यांना उतरण्यासाठी खास जागा राखून ठेवलेली होती. खर्ड्याच्या लढाईत जानराव हजर होते. १८०२ मध्ये त्यांचे निधन झाले. पुढे स्वतंत्र भारतासही या घराण्याने आमदारकी, खासदारकी, मंत्रीपदे भूषवून आपल्या भागाचा विकास केला आहे.

दर्यासारंग बाबूराव उर्फ बाबाजी किंवा बाबुराव साळुंखे यांना गहीनी गगनगडचे सरदार म्हणत. आनंदराव धुळप हे त्यांच्या मदतीस सागरी मोहिमातून असत. आंग्र्यांच्या बरोबर राहून पोर्तुगीजांवर मोहिमा केल्या. गुणाजीराव पाटणकर (गगनगिरीकर) यांना या मोहिमेत वीरमरण आले. आधुनिक काळात पूजनीय गगनगिरी महाराज हे अध्यात्मात खूपच उच्च स्थानी पोहोचले. खोपोली येथे त्यांचा भव्य मठ आहे. वयाच्या ९९ व्या वर्षी नुकतेच त्यांचे अवतारकार्य संपले. गगनगिरी महाराज हे साळुंखे घराण्याचे शेवटचे वीर पुरुष. ते पुढे थोर सत्पुरुष म्हणून प्रसिद्धीस पावले. त्यांना आपल्या पूर्वजांच्या पराक्रमाबद्दल अत्यंत अभिमान होता.

रामराजा (सातारकर) भोसले (१७४९-१७७७) **:** साताराच्या छत्रपती घराण्यातील दुसऱ्या शिवाजीचा हा मुलगा. १७१२ च्या सुमारास जन्मला. एकार्थी दुर्दैवीच म्हणायचा कारण दुसरा संभाजी व जिजाबाई ही दोघेही त्याला ठार मारण्याच्या प्रयत्नात होती म्हणून बावड्याजवळ पानगाव येथे त्याने गुप्तपणे जोगतीणीच्या घरात प्रारंभीची १५/१६ वर्षे काढली. कवड्याच्या माळा तेलाचे टेंबे देवीचा जागर-गोंधळ हेच त्याचे जग होते. बाहेरच्या वातावरणाचा, राजकारणाचा त्याला गंधही नव्हता, पण अचानक त्याला छत्रपतीपद मिळाले (१७५०). पुढे पेशवे साताऱ्याऐवजी पुण्याहून कारभार करू लागले आणि हे छत्रपती पेशव्यांच्या नजरकैदेत राहिले. त्याच्या भोवतीची सरदार मंडळी छत्रपतीपदाचे महत्त्व टिकवण्याच्या प्रयत्नात असता हा मात्र स्वत: उदासच राहिला. ६५ लाखाचे सालिना वेतन त्याला आणि त्याच्या परिवारासाठी पेशवे देत. ताराबाईस ही व्यवस्था अजिबात आवडली नाही. तथापि, ती स्वत:च पन्हाळ्यास कैदेत होती. अखेरपर्यंत हा छत्रपती निपुत्रिक राहिला.

प्रतापसिंह भोसले सातारकर छत्रपती (१७९२ - १७४७) **:** धाकट्या शाहूराजांचा वडिलपुत्र. अष्टीच्या लढाईत दुसऱ्या बाजीरावाचा शेवटचा सेनापती बापू गोखले यांचा बापूगोखल्यांचा पराभव झाला त्यावेळी हा तेथेच होता. माऊंट स्टुअर्ट एलफिन्स्टनने मग त्याला आपल्या ताब्यात घेतले. त्याची साताऱ्याच्या गादीवर स्थापना करून पेशव्यांचे राज्य नष्ट झाले, पण छत्रपतींचे राज्य आम्ही कायम ठेवीत आहोत असे त्याने जाहीर केले. ग्रँट डफ (मराठ्यांचा पहिला इतिहासकार) त्यावेळी छत्रपतींचा शिक्षक म्हणून होता. त्याने छत्रपतीस आधुनिक रिती-रिवाज, ज्ञान-विज्ञान, राजकारभाराचे शिक्षण दिले. त्याचे या पोरगेल्या छत्रपतीवर अपत्यवत प्रेम होते. डफ पुढे इंग्लंडला गेला तेव्हाही त्याने छत्रपतीशी पत्रव्यवहार चालूच ठेवला होता. इंग्रजी सरकारचा पेन्शनर अशी स्थिती असल्याने त्याला करण्यासारखे काहीच नव्हते, पण हा छत्रपती अत्यंत तेजस्वी, स्वाभिमानी होता. मराठे सरदार मंडळींना अद्यापि त्याच्याबद्दल प्रेम, श्रद्धा त्यामुळेच वाटत होती. साताऱ्यात त्याने नव्या इमारती, बागा उभ्या केल्या. साताऱ्यातील जलमंदीर ही सुद्धा त्याचीच निर्मिती इंग्रज सरकारच्या अत्यंत अपमानास्पद अटी त्याला मान्य कराव्या लागल्याने असंतुष्ट राहिला. बंडखोरीच्या आरोपावरून इंग्रजांनी त्याला पदच्युत केले. त्यावेळी त्याने इंग्लंडच्या प्रीव्ही कौन्सिल पर्यंत त्याने दाद मागितली. त्याचा वकील रंगोबापूजी गुप्ते हा तेथे १५ वर्षे दावा जिद्दीने चालवत होता. पण त्यांना यश मिळाले नाही. त्याच्यानंतर त्याच्या भावास आप्पासाहेबास काही काळ छत्रपतीपदावर बसवून इंग्रजानी १८४९ मध्ये सातारकर छत्रपतींचे राज्य खालसा केले.

शंकराजी मल्हार नरगुंदकर (१६९२ - १७२०) **:** राजारामाचे काळात सचिवपदावर होता. शंकराजी नरगुंदरकरची नोंद प्रधान मंडळात जिंजीस वेढा पडला. तेव्हा हा संन्यासी होऊन काशीस राहिला होता. पण तेथे असता दिल्लीच्या राजकारणात शिरला. सय्यद बंधूंबरोबर तहाच्या अटी ठरवण्यास तो पुन्हा दक्षिणेत आला. सय्यद बंधूंबरोबर बाळाजी विश्वनाथ पेशव्याने १७१२ मध्ये स्वराज्य-चौभाई-सरदेशमुखीचा तह केला तो घडवून आणण्यात याचा महत्त्वाचा वाटा होता. सय्यद व निजाम याच्यात बाळापूर येथे झालेल्या लढाईत हो निजामाचा कैदी झाला.

प्रभू व्यंकटराव : हे निजामाच्या दरबारात उदयास आले. आपल्या अंगच्या लष्करी गुणाच्या जोरावर त्यांनी धारूरची जहागीर मिळवली. त्यांचा मुलगा लक्ष्मण बापसे बेटा सवाई असा शूर होता. त्याने छत्रपती शाहूंच्या पदरी सरदारी सुरू केली.

त्याला अंदूर गावचा मोकासा मिळाला. निजामाविरुद्धच्या उदगीरची लढाई, राक्षसभुवनच्या लढायात त्याने विलक्षण शौर्य गाजविले. कर्नाटकची मोहीम, बदामीचे युद्ध इ. मध्येही त्याने भाग घेतला. ह्याचा मुलगा यशवंतरावही लढवय्या सरदार होता. शहाजीराजे-शिवाजीमहाराज आणि छत्रपती संभाजी राजे या भोसले घराण्यातील वीरांप्रमाणेच व्यंकटराव-लक्ष्मणराव-यशवंतराव अंदूरकर. ह्या प्रभूंच्या तीन वीरांनी शौर्याची परंपरा पाळली. थोरल्या बाजीरावाने यशवंतरावास आपल्या पदरी ठेऊन घेऊन त्याचा उत्कर्ष त्याच्या पराक्रमास साजेसा केला. नानासाहेब पेशवे, सदाशिवरावभाऊ, विश्वासराव यांचा त्याला निकटचा सहवास लाभला. राघोबाचा तर तो अत्यंत आवडता सरदार होता. अटकेपर्यंत जाताना तोही त्या मोहिमेत हजर होता. धनुर्विद्येत त्याचा हात धरणारा त्याकाळी मराठी राज्यात कुणी नव्हता. अवघ्या १८ व्या वर्षी त्याने उदगीरच्या लढाईत समशेर गाजविली. सखाराम हरी गुप्तेच्या बहिणीशी त्याचा विवाह नानासाहेब पेशव्यांच्या मध्यस्थीने झाला. उत्तर पेशवाईतील बहुतेक सर्व लढाया त्याने आपल्या पराक्रमाने गाजविल्या. तो १७८७ मध्ये मृत्यू पावला. त्याचा मुलगा अमृतराव प्रभू हे नागपूरकर भोसल्यांच्या पदरी होते. हे प्रख्यात घोडेस्वार होते. थोरले बंधू लक्ष्मणराव प्रभूंनी टिपूवरील मोहिमेत आणि खर्ड्याच्या लढाईत विलक्षण शौर्य गाजविले. अंदूर येथे त्यांना जहागिरी मिळाली. त्यांचा मृत्यू १८०६ मध्ये झाला.

महादेवभट गोविंद हिंगणे (मृ. १७४४) **:** पेशव्यांचा नाशिक येथील तीर्थोपाध्याय. दे. ऋ. ब्राह्मण बाळाजी विश्वनाथाबरोबर प्रथमच दिल्लीस गेला. आणि पुढे २५ वर्षे मराठ्यांची सत्ता दिल्लीत रुजविण्याची विलक्षण खटपट केली. वक्तृत्व, बहुश्रुतपणा, फारसी वरील प्रभुत्व इ. गुणावर तो सर्वांवर आपली छाप उमटवी. १७३० पासून दिल्ली येथे वकिली. पेशवा नानासाहेब यास त्याने मान सवाई जयसिंगाकडून द्रव्य देऊन कर्जमुक्त केले. सावकारीत जम बसविला. उत्तरेत प्रतिष्ठा मिळविली. महादजी शिंद्यांचे दिल्लीत वर्चस्व होईपर्यंत हिंगणे घराण्याचा उत्तरेत विशेषत: दिल्लीत दबदबा होता. त्याचा पुत्र दामोदर आणि त्याचे बापू, पुरुषोत्तम, देवराज हे बंधू तेवढेच कर्तृत्ववान निघाले. १७५०-६० या काळातच सर्वच हिंगणे बंधू दिल्लीच्या राजकारणाचे प्रमुख सूत्रधार होते. पूर्व पेशवाईत सतत ३० वर्षे ते उत्तरेच्या राजकारणात मराठ्याचे आधारस्तंभ रोहिले. जाट, रजपूत, नवाब, वजीर या साऱ्यावर दामोदररावाने आपला वचक ठेवला होता. राघोबाशी ह्याचे वाकडे आले. रामराजाच्या छत्रपती पदांच्या समारंभ प्रसंगी हा साताऱ्यास हजर होता.

रघुनाथराव उर्फ राघोबादादा पेशवा (ज. १७२९, मृ. १७८३) **:** पहिल्या बाजीरावाचा हा तिसरा मुलगा. लष्करी विद्या–कारकुनी, कारस्थानीपणात तरबेज. तथापि, अत्यंत चंचल वृत्तीचा, हलक्या कानाचा होता. याच्या कारकिर्दीचे तीन भाग पडतात. पहिल्यात नानासाहेब पेशव्यांनी त्याचे गुण दोष हेरून फक्त गुणांना वाव देऊन यास गुंतवून ठेवले. त्यामुळे पानिपतच्या पूर्वीच्या काळात मराठ्यांचा दरारा वाढविण्याचे काम त्याने दुसऱ्या भागात चोख बजावले. दुसऱ्या भागात थोरल्या माधवरावास ह्याचेवर नियंत्रण ठेवावे लागले, पण याच काळात त्याच्या फुटीरपणास प्रारंभ झाला. तिसरा भाग नारायणराव पेशवे सवाई माधवराव पेशवे यांच्या काळात सुरू झाला. पेशवे घराण्यातील कर्ता सवरता वडीलधारा पुरुष राघोबा होता आणि तोच घरभेदी फुटीर कारवाया करू लागला. पेशवेपदाची लालसा त्याचे मनी निर्माण झाली. नारायणराव पेशव्याच्या खूनाचे पातक त्याचे शिरी आले. त्याच्यावर कोणाचेच नियंत्रण उरले नव्हते. नारायणराव पेशव्याच्या खुनानंतर काही महिने पेशवेपद भोगले, पण बारभाईंनी एकजूट करून त्याला पदच्युत करून देशभर पळायला लावले. राघोबाने इंग्रजांचा आश्रय घेऊन पुण्यास येण्याचा प्रयत्न केला म्हणून इंग्रज – मराठे युद्ध नऊ वर्षे चालले, अत्यंत निराश, हताश अवस्थेत तो कोपरगावी मृत्यू पावला. नानासाहेब पेशव्याच्या काळात त्याने अटकेपार धडक मारल्याने त्याला राघोभरारी म्हणत असत.

बाळाजी विश्वनाथ भट श्रीवर्धनकर (पेशवे) देशमुख – (जन्म १६६० – मृत्यू १७२०) **:** याचा बाप विश्वनाथ आणि आजोबा परशराम हे शिवाजी महाराजांच्या पदरी होते. त्यामुळे जंजिऱ्याच्या सिद्याच्या जाचाला कंटाळून तो कोकणातून देशावर आला ही एक आख्यायिकाच ठरते. शाहू छत्रपती महाराष्ट्रात आल्यावर त्याला जाऊन मिळणाऱ्या प्रमुख वीरांमध्ये बाळाजी विश्वनाथ अग्रभागी होते. तेव्हा ते सेनापती धनाजी जाधव याच्याकडे नोकरीला होते. पुढे तो पुणे प्रांताचा सरसुभेदार झाला (१७०२). बाळाजी हा अत्यंत विश्वासू, धाडसी, पराक्रमी, मुत्सद्दी असल्याचे ओळखून त्यास दौलताबादचा सरसुभाही सांगण्यात आला (१७०७). शाहूने त्याला आपल्या मंत्रीमंडळात 'पेशवा' म्हणून नेमले. १७११ मध्ये त्याला 'सेनाकर्ते' हे पद आणि २५ लक्षाचा सरंजाम देण्यात आला. शाहूचे डळमळते आसन स्थिर करणे, मजबूत करणे, मुत्सद्देगिरीच्या जोरावर राज्यातील बडे सरंजामी सरदार शाहूकहे वळवून त्याचा पक्ष बलिष्ट करणे, ताराबाईच्या पक्षास निःष्प्रभ करणे, दिल्लीच्या बादशाहाकडून चौथ सरदेशमुखीच्या सनदा मिळवणे हे

याच्या कारकिर्दीचे सार होय. स्वराज्याची व पुढे जो मराठी राज्याचा विस्तार उत्तरेत व दक्षिणेत झाला. त्याचे सर्व श्रेय यालाच दिले पाहिजेत.

बाजीराव बल्लाळ पेशवे (१७०० - १७४०) : बाळाजी विश्वनाथ ह्या पहिल्या पेशव्याचा हा पार्थ पराक्रमी पुत्र. त्याला विसाजी असेही म्हणत. बादशाही सनदा आणण्यास हा बापाबरोबर दिल्लीस गेला होता. सय्यद बंधूच्या मदतीस खानदेशात शाहूने त्याला पाठविले. त्याची धडाडी, कुशल सेनापतीत्व पाहून शाहूने साऱ्यांचा विरोध बाजूस करून या वीस वर्षाच्या तरुणास पेशवापद दिले. आपल्या कर्तृत्वाने तो विश्वास बाजीरावाने सार्थ केला. पहिल्या ११ वर्षाच्या कालखंडात जुन्या मराठी सरंजामदारांचा त्याला खूपच अडथळा झाला. निजामही मराठी राज्यात दुही पेरत होता. तालपद व्यापी निजामाचा बंदोबस्त केला. त्याचबरोबर कोल्हापूरकर, संभाजी, सेनापती चंद्रसेन जाधव, त्रिंबकराव दाभाडे सेनापती यांनाही बाजीरावास वठणीवर आणावे लागले. माळवा, गुजरात, मध्यप्रदेश, मराठी राज्यास जोडला. मल्हारराव होळकर, राणोजी शिंदे, पिलाजी जाधव, उदाजी, पवार, गायकवाड इ. अनेक मराठे आणि ब्राह्मण कर्तृत्ववान तरुण सरदार उदयास आणून धडाडीने आपल्या योजना पार पाडल्या. उत्तरेत आक्रमक धोरण ठेवले. निजामाचा पालखेड येथे पराभव केल्याने त्याचा दबदबा भारतभर झाला. इ.स. १७२९ मध्ये बाजीराव छत्रसालाच्या मदतीस बुंदेलखंडात गेला. पोर्तुगीजावरील हिंदूच्या अत्याचारामुळे त्याने ठाणे, साष्टी, वसईची मोहीम चिमाजीआप्पाच्या मदतीने हाती घेतली (१६३६) आणि ती यशस्वीही केली. मात्र सततच्या या स्वाऱ्यांमुळे बाजीराव कर्जबाजारी झाला. सावकारी तगाद्यामुळे त्याला जीव नकोसा झाला. सावकार आणि सरदार यांच्या पुढे नाकदुऱ्या काढता काढता आपले कपाळ छिलत चालले अशी तो एका पत्रात तक्रार करतो. खुद्द त्याचे गुरू ब्रह्मेंद्रस्वामी धावडशीकर हेही सतत पैशाचे तगादे करीत. त्याला बाळाजी, रामचंद्र जनार्दन, रघुनाथ (राघोबा) आणि मस्तानीच्या पोटचा समशेर बहादर अशी मुले होती. मराठी साम्राज्य भारतभर पसरविण्याचे अत्यंत मोलाचे कार्य थोरल्या बाजीरावाने पार पाडले. दरवर्षी चौथ, सरदेशमुखी प्रांतोप्रांती वसूल करण्याचा पायंडा त्याने पाडला. अतिश्रमाने १७४० मध्ये मृत्यू झाला.

बाळाजी बाजीराव उर्फ नानासाहेब पेशवे (१७२१-१७६१) : महाप्रतापी बाजीरावाचा 'बापसे बेटा सवाई' कर्तृत्ववान पेशवा होता. बापाचा पराक्रम

आणि आज्यांच्या मुत्सद्देगिरीचा वारसा त्याला लाभला होता. १७३९ मध्ये शाहूने मिरजेवर स्वारी केली त्यावेळी हा तेथे होता. १७४० मध्ये पेशवाईची वस्त्रे मिळाली. मस्तानी प्रकरणामुळे बाप लेकाचे पटत नसे. एकूण २१ वर्षे पेशवाई उपभोगली. मुख्य म्हणजे पेशवाईपद वंशपरंपरेने भट घराण्यातच राहाणार हे याच्या काळातच स्पष्ट झाले. १७४९ पर्यंत पेशवे हे सर्वस्वी शाहूंच्या अंकित होते, पण तेथून पुढे छत्रपतीपद हे केवळ शोभेचे झाले. छत्रपती हे पेन्शनर, पेशव्यांचे नजरकैदी बनून राहिले आणि सर्व कारभार पेशवे मुखात्यारीने करू लागले. नानासाहेबांची कारकीर्द ही मराठी राज्याच्या वैभवाचा कळस मानला जातो. मराठ्यांनी उत्तरेत अटकेपार झेंडे रोवले. त्यामुळे पेशवेपद त्याच्या घराण्याकडे कायम झाले. याकाळात संपूर्ण भारतावर प्रत्यक्ष वा अप्रत्यक्ष मराठ्यांची सत्ता झाली. याच्या उत्तरेतील लुटीच्या राजकारणाने मराठ्यांना कुणीच मित्र उरला नाही. त्यामुळे त्यांचा अब्दालीच्या आक्रमणापुढे टिकाव लागला मराठे एकाएकी पडले, लढले. १७६१ पानिपतच्या रणांगणावर मराठ्यांचा दारुण पराभव झाला. दिल्लीही हातची सोडावी लागली. हा पराभव आणि सदाशिवभाऊचा वियोग सहन न होऊन नानासाहेब पुण्यात पर्वतीवर निधन पावला.

थोरले माधवराव पेशवे (१७७२) **:** नानासाहेब पेशव्यांचा हा द्वितीय पुत्र. थोरला पुत्र विश्वासराव पानिपतावर मरण पावला. माधवराव पेशवा झाला तेव्हा मराठ्यांना पानिपतच्या पराभवाचा घाव सहन करावा लागला होता. हजारो तरुण कामी आले. एक पिढी संपूर्ण नष्ट झाली. तथापि, माधवरावाने अत्यंत तडफेने पुन्हा राज्याची घडी बसविली. विसाजी कृष्ण बिनीवाले, रामचंद्र गणेश कानडे यांच्या साहाय्याने उत्तरेच्या कारभाराची घडी बसविली. दक्षिणेत निजाम आणि हैदरावर वारंवार मोहिमा काढून त्यांना मराठ्यांचे वर्चस्व मान्य करायला लावले. राक्षसभुवनच्या लढाईत निजामाला तहास उतरविले. हैदरावर एकूण पाच स्वाऱ्या झाल्या, पैकी चार स्वाऱ्यात थो. माधवराव स्वत: हजर होता. याच्याच काळात राघोबाने घरभेदीपणा, फुटीरपणा आरंभला. थोरल्या पेशव्याची अर्धी ताकद बंडखोर काकाला वठणीवर आणण्यात खर्ची पडली. राघोबास त्याचा धाक वाटू लागल्याने त्याने पुतण्याशी समझोता केला. या काळात राज्याची आर्थिक स्थिती कर्नाटकाच्या सुबत्तेवरच मुख्यत: अवलंबून होती. नागपूरकर भोसले, गायकवाड यांनीही बंडखोरी करण्याचा प्रयत्न केला. तथापि, त्यांनाही माधवरावाने कणखर वागून पेशव्यांचे वर्चस्व मान्य

करायला लावले. थेऊर मुक्कामी ह्या तडफदार पेशव्याचे अकाली निधन झाले आणि मराठी राज्याचा सूर्य मावळू लागला (१७७२).

सवाई माधवराव पेशवा (१७७४-९५) **:** नारायणराव पेशव्याचा खून झाल्यानंतर त्याच्या गंगाबाई या पत्नीस पुत्र झाला तोच हा सवाई माधवराव पेशवा. बारभाईंनी पुढाकार घेऊन राघोबाचे तावडीतून पेशवेपद काढून घेऊन याला बारशाच्या दिवशीच ते दिले. पण खरा कारभार तो आईच्या पोटात असतानाच गर्भस्थ पेशवे या नावाने सुरूही केला होता. राघोबाने सतत दहा वर्षे मराठी राज्यात बंडाळी केली पण बारभाई त्यास पुरून उरले. नाना फडणीसाचा तो एक विजयच होता. त्यातून इंग्रजांसारख्या बलाढ्य शत्रूशी ९ वर्षे युद्ध मराठ्यांना राघोबामुळेच खेळावे लागले. मराठे त्यात विजयी झाले. याच्या काळात मराठी राज्य सर्वदूर पसरले. पेशव्यांचे एकनिष्ठ सरदार शिंदे दिल्लीची बादशाही सांभाळीत होते. हा पेशवा अत्यंत भाग्यशाली मानला गेला. त्याच्या बायकोचे नाव रमाबाई असून ती साठे घराण्यातील होती. त्याच्या सर्व शिक्षणाची व्यवस्था नाना फडणीनासाने चोख केली होती. भारताच्या दक्षिण, उत्तर, पूर्व, पश्चिम दिशेस सर्वत्र मराठी राज्याच्या यशाचा डंका वाजत होता. १७९५ मध्ये खर्ड्याच्या रणांगणावर मराठ्यांनी देदिप्यमान विजय मिळविला. पेशव्यांच्या सर्व मराठी लहान-मोठ्या सरदारांनी तेव्हा हजेरी लावली. १५ ऑक्टोबर १७९५ रोजी या पेशव्याने शनिवारवाड्याच्या खिडकीतून चौकात उडी मारून आत्महत्या केली. मराठी राज्यात पुन्हा अस्थिरता निर्माण झाली.

सदाशिवरावभाऊ पेशवे (ज. १७३० मृ.१७६१) **:** चिमाजीअप्पा या पराक्रमी वीराचा तेवढाच पराक्रमी सुपुत्र. पेशवाईत सदाशिवराव भाऊ या नावाने प्रसिद्ध झाला. कृष्णा-तुंगभद्रा दुआबातील देशमुखांनी बंडखोरी करून मराठी ठाणी उडवून लावली. त्याचे विरुद्ध पेशव्यांनी त्या मोहिमेत भाऊनी प्रथमच भाग घेतला (१७४६). त्यानंतर यमाजी शिवाजीचे बंड मांडले. बहादूरभेंड्याचा किल्ला जिंकला. रामराज्याकडून मराठी राज्याची मुखत्यारी लिहून घेतली. पेशव्यांच्या दिवाणपदाची याने छत्रपतीकडे मागणी केली. काही काळ रुसून कोल्हापूर दरबारात पेशवा म्हणून गेला. नानासाहेबाने त्याची समजूत घालून ह्याला पुन्हा पुण्यास आणले. आणि दिवाणगिरी दिली. तुंगभद्रा व कोरेगावच्या लढायात तो हजर होता. उदगीरची लढाई तर याच्या सेनापतीत्वाखालीच झाली. दक्षिणेत झालेल्या सर्व लढायात त्याने सेनापती

म्हणून सहभाग दिला. अब्दालीशी लढण्यास १७६१ मध्ये उत्तरेत गेला. पानिपतच्या रणांगणावर दुर्दैवाने पराभूत - सैन्याची वाताहात. प्रत न मिळाल्याने याचे तोतये पुढे पेशवाईत गाजले. अत्यंत शूर पण अहंकारी. उत्तरेतील सरदारांचे रुसवे-फुगवे त्याला काढता आले नाहीत. पानिपतावर विजयाची पराकाष्ठा केली म्हणून मराठ्यांच्या इतिहासात अजरामर झाला. अत्यंत शिस्तप्रिय, महसूल व्यवस्था, फडाचा कारभार, पत्रलेखन यातही तो तेवढाच वाकबगार होता. नानासाहेब पेशव्यांचे भाऊंवर विलक्षण प्रेम होते. 'ज्या जगात भाऊ नाही तिथे मला जगायचे नाही' असे म्हणत लवकरच नानासाहेबाने आपला देह ठेवला. (१७६१)

अंबुजी इंगळे (१७७२ - १८०९) **:** महादजी शिंद्याचा एकनिष्ठ पराक्रमी सेवक, पराक्रमी सरदार. त्याच्या पराक्रमाची कारकीर्द १७७२ पासून सुरू होते. शिंदे - होळकरांच्या संघर्षात आणि महादजीच्या सेनापतीत्वाखाली झालेल्या पहिल्या इंग्रज - मराठे युद्धात पराक्रम गाजविला. गुलाम कादरखानाचे बंड, रजपूत सरदारांचे बंड, मारवाडच्या राज्याचा बंदोबस्त आदि कामगिऱ्या त्याच्या नावे आहेत. मेवाडच्या कारभाराची तर सर्वच सूत्रे याचे हाती आली. शिंद्यांचा उत्तरेतील प्रतिनिधी म्हणून १७९५ मध्ये त्याची नेमणूक झाली. दौलतराव शिंदे अज्ञानी, राजकारणात नवखा असल्याने उत्तरेच्या राजकारणाची 'कर्तुम-अकर्तुम' सत्ता त्याचे हाती आली. त्याने शिंद्यांचे वर्चस्व झुगारून दिले. इतकेच नव्हे, तर काही काळ पेशव्यांशी फटकून वागून इंग्रजांशी स्नेह संपादन केला. 'मराठे राज्यकर्ते नसून केवळ लुटारू आहेत' अशी परप्रांतात मराठ्यांची अपकिर्ती होण्यास जे मराठे सरदार जबाबदार होते, त्यात अंबुजीचे नाव अग्रभागी होते. मात्र, यशवंतराव होळकराने त्याला चांगलेच वठणीवर आणले (१८०५). १८०९ मध्ये वयाच्या ८१ व्या वर्षी तो मृत्यू पावला.

मानाजी शिंदे (फाकडे) (मृ. १८००) **:** उत्तर पेशवाईतील एक मराठा धाडसी शूरवीर. त्याबद्दल त्याला 'फाकडा' ही पदवी मिळालेली होती. कन्हेरखेडच्या शिंदे घराण्यापैकी हा होता. राघोबाचा पक्षपाती, अत्यंत धाडसी म्हणून प्रसिद्ध. अनेक लढ्यात झालेल्या जखमा सगळ्यांना दिसाव्यात म्हणून तो उघडाच हिंडत असे. अत्यंत अहंकारी, रागीट, विक्षिप्त. राघोबाच्या पक्षाला अखेरपर्यंत चिटकून राहिलेला सरदार. घाशीराम कोतवाल असता तेलंगी ब्राह्मणांना यानेच मोकळे करून घाशीराम प्रकरणाचा पाठपुरावा केला आणि तेलंगी ब्राह्मणांना न्याय मिळवून दिला.

नेमाजी शिंदे (१६९० मृ.१७१०) **:** एक पराक्रमी आणि अत्यंत धाडसी मराठा सरदार. छत्रपती संभाजीला कंटाळून हा काही काळ मुघलांना मिळाला. राजाराम जिंजीस गेला तेव्हा हा पुन्हा मराठ्यांकडे आला. औरंगजेबाचा पराभव करण्यास ठिकठिकाणी जी सरदार मंडळी झटत होती त्यात याचा क्रम बराच वरचा आहे. औरंगजेबाच्या मृत्यूनंतर मुघलाविरुद्ध आक्रमण चालू ठेवण्यात ज्या मराठे सरदारांनी महाराणी ताराबाईच्या काळात प्रथम पुढाकार घेतला व नर्मदा नदी ओलांडून मुघली साम्राज्याचे लचके तोडण्यास सुरुवात केली त्यात नेमाजी शिंदे हा प्रमुख होता. उत्तरेतून येणारा बादशाही खजिना लुटणारा धाडसी वीर अशीच त्याची ओळख होती. मग इतरही सरदारजी राजारामाने त्याच्याकडे खानदेशाची जबाबदारी सोपविली होती. शाहू महाराष्ट्रात येईपर्यंत हा खानेदशाचा सुभेदार होता. शाहू येताच प्रारंभी त्याला जी प्रमुख मंडळी सामील झाली त्यात हा होता. बहादूरशाहाने कामबक्षाविरुद्ध मराठ्यांकडे मदत मागितली, तेव्हा शाहूने त्यालाच फौज देऊन पाठविले (१७०८). तेव्हा त्याने कामबक्षाचा पराभव केला.

धारचे पवार घराणे : स्वराज्य स्थापना आणि त्याचे साम्राज्यात रूपांतर करण्यात या घराण्याचा मोठा हात होता. या घराण्याचा संबंध रजपूत परमार घराण्याशी जोडला जातो. मूळपुरुष साबूसिंग उर्फ शिवाजी. देवास आणि धार येथील शाखांचा हा संस्थापक मानला जातो. १६५७ मध्ये शिवाजी महाराजांनी कोकण प्रांती मोहीम काढली तेव्हा साबूसिंगाने खूपच पराक्रम गाजविला आणि तो छत्रपतींचा विश्वासपात्र सरदार झाला. त्याने अहमदनगर सुभ्यात सुपे हे गाव वसविले. १६५८ मध्ये तो मारला गेला. त्याचा पुत्र कृष्णाजी. १६७७ मध्ये शिवाजी महाराजांनी त्यास आपल्या खास पागेचा सरदार नेमले. अफझलखान वध आणि फजलखान युद्ध प्रसंगी त्याने खूपच पराक्रम केला. कुणगी व करणगाव ही दोन गावे त्याला इनाम मिळाली. सुप्याची गढी यानेच बांधलेली आहे. त्याचे मुलगे बुवाजी, रायाजी, केरोजी यांनी बापाचा वारसा पुढे चालविला. या बंधूंनी महाराजांच्या कर्नाटक मोहिमेत महत्त्वाची कामगिरी बजावली. राजाराम महाराजांच्या काळात बुवाजी, केरोजी, रामाजी या बंधूंनी स्वराज्यरक्षण समर्थपणे केले. बुवाजीस 'विश्वासराव' हा किताब आणि 'केरोजीस सेना' बारासहस्त्री नेमणूक दिली. बुवाजीस काळोजी आणि संभाजी असे दोन पुत्र होते. मराठ्यांनी माळव्यात ज्या स्वाऱ्या केल्या त्यात या बंधूंचा सहभाग होता. माळवा प्रांतांचे मुख्य ठिकाण माडूंगड पर्यंत स्वारी केली. माळव्यात नंतरच्या

कालात त्याने चांगलाच जम बसविला. १७०४ मधील मांडवगडच्या मोहिमेत काळोजी पवाराने मुघलांना धार पर्यंत पिटाळून लावले. १७२६ मध्ये त्याचे निधन झाले. त्याचा थोरला पुत्र कृष्णाजी (दुसरा) यासही 'विश्वासराव' हा किताब मिळाला. काळोजीस त्याखेरीज तुकोजी, जिवाजी, मानाजी असे चार पुत्र होते. बाळाजी विश्वानाथाच्या दिल्ली मोहिमेत कृष्णाजीराव, विश्वासराव, तुकोजीराव, उदाजीराव व आनंदराव या पुरुषांनी भरीव कामगिरी पार पाडली. कृष्णाजीने थोरल्या बाजीरावाच्या कारकिर्दीत विशेष कामगिरी बजावली. त्यामुळे गुजरात, माळवा हे प्रांत मराठी राज्याला जोडले गेले. कर्नाटकच्या चित्रदुर्गच्या प्रसिद्ध मोहिमेत त्रिंबकराव दाभाड्यांबरोबर हा होता. या कामगिरीबद्दल त्याला शाहूकडून 'सरसुभा' हे पद मिळाले. पालखेडच्या लढाईतसुद्धा पाचही पवार बंधूंनी लक्षणीय पराक्रम गाजविला. उदाजी, आनंदराव व मालोजी उघडपणे पुढे दाभाड्याच्या पक्षास मिळाले. पुढे उदाजी पुन्हा शाहूकडे आला. मध्य प्रदेशातील उज्जैन, धार, देवास या भागाबद्दल पवारांना खास आकर्षण होते. त्यामुळे शाहूने तुकोजी पवारास या भागात नेमले. तुकोजीने देवास येथे आपले ठाणे केले. धार आणि देवास ही पवारांच्या सत्तेची मुख्य केंद्र झाली. १८ व्या शतकातील एकही लढाई अशी नाही की, त्यात पवारांनी रणांगण गाजविले नाही. भोपाळ पानिपतच्या लढाईत ही सहभाग दिला. खर्ड्याच्या लढाईत तुकोजी पवारांनी विशेष रणांगण गाजविले. उत्तरेच्या खंडणीपैकी १२% महसूल पवारांना मिळत असे. धार आणि देवासचे महत्त्व १८०२ नंतर नष्ट झाले. १८१८ मध्ये ही दोन्ही इंग्रजी सत्तेत विलीन झाली.

रामचंद्र गणेश कानडे (मृ. १७८०) **:** उत्तर पेशवाईतील एक मुत्सद्दी आणि सेनापती कोकणस्थ ब्राह्मण वडील. छत्रपती शाहूच्या दरबारात चाकरीस होते. यांच्या कामगिरीवर खूष होऊन शाहूने त्याला इनाम दिले होते. याने उत्तर हिंदुस्तानच्या बऱ्याच भागात मोहिमा केल्या होत्या. याला सदाशिवराव भाऊच्या हाताखाली लष्करी, व्यावहारिक शिक्षण मिळाले. थोरल्या माधवरावाने जानोजी भोसल्यावर जी मोहीम काढली होती, त्यात सर्व भार याच्यावरच होता. उत्तरेच्या सर्वच राजकारणाची जबाबदारी त्यावरच पेशव्यांनी दिली होती. पानिपतच्या युद्धानंतरच्या काळात रोहिले, रजपूत, जाट वगैरेंची युद्धाची मस्ती त्यानेच उतरवली. विसाजी कृष्ण बिनीवाले हे त्याच्या मदतीस होते. त्यास पेशव्यांनी परत दक्षिणेत बोलाविले तेव्हा संन्यास घेण्याची तयारी केली. तथापि याने पेशव्यांनी समजूत

घालून पुन्हा उत्तरेत पाठविले. पहिल्या इंग्रज-मराठे युद्धात इंग्रजांशी लढताना खंडाळ्याजवळ ह्यास टेकडीजवळ झालेल्या लढाईत हा मारला गेला. बारभाईचे त्यामुळे खूपच नुकसान झाले. रामचंद्र गणेशला ह्या पराक्रमाबद्दल तीन गावे इनामे मिळाली. त्याच्या चिरंजीवानेही पुढे चांगलाच नावलौकिक मिळविला.

सखाराम हरी गुप्ते : चांद्रसेनीय कायस्थ प्रभू ज्ञातीतील एक पराक्रमी सरदार. राघोबाप्रेमी असल्याने त्याच्या पराक्रमाचा उत्तर पेशवाईत फारसा उपयोग झाला नाही. तथापि, राघोबाच्या वतीने त्याने बारभाईंच्या सैन्याला बऱ्याच वेळा पराभूत केले. त्याचा शेवट मात्र अत्यंत हृदयद्रावक झाला. त्याची सर्व इस्टेट जप्त करून बारभाईंनी त्याला पकडून धनगडावर कैदेत टाकले. चाळीस शेरी बेडी त्याला घालण्यात आली. त्याच्या कोठीवरील शिपाई रोज बदलले जात. त्याच्याशी कुणासही बोलण्याची परवानगी नव्हती. त्याला कदान्न खाण्यास मिळे. एवढे करून त्याने आपली सुटका करून घेतली. तथापि तो सापडला. त्याची कैद आणखीनच कडक झाली. तुरुंगातही त्याचा अन्वनित छळ झाला. तो म्हणे तुम्ही माझा कितीही छळ करा. मला जिवंत जाळलेस तरी माझी हाडेसुद्धा म्हणतील दादासाहेब! दादासाहेब. (राघोबा). त्याच्या पत्नीने त्याची अखेरची भेट व्हावी म्हणून बारभाईच्या खूप विनवण्या केल्या. बारभाईनी मागितलेले दहा हजार रु. तिला सावकाराकडून कर्ज काढून भरले. परंतु त्याआधीच सखाराम हरीने आत्महत्या केली.

त्रिंबकराव दाभाडे : गुजराथ प्रांत मराठ्यांच्या राज्यात सामील करून घेण्यात याचा सिंहाचा वाटा होता. छत्रपती शाहूंच्या मंत्रिमंडळात हा सेनापती होता. पेशव्यांचा कडवा विरोधक असल्याने पेशव्यांनी गुजरातेत हात-पाय पसरण्यास याचा अखेर विरोध राहिला. थोरले बाजीराव पेशवे आणि त्यांचा भाऊ चिमाजी यांचे पारडे जड होऊन डभईच्या (१७३०) लढाईत त्रिंबकराव ठार झाला. छत्रपती शाहूने पेशवे-उमाबाई दाभाडे यांच्यात समेट घडवून आणण्याचा खूप प्रयत्न केला आणि गुजरात दाभाड्यांना पराक्रमास मोकळे केले. तथापि, त्र्यंबकरावाची धडाडी त्याच्या पुत्रात, यशवंतरावात नव्हती. तो निष्प्रभ ठरले. त्याने दाभाडे घराणे मागे पडले.

सखाराम बापू बोकील (हिवरेकर) (मृ. १७७९) **:** पेशवाईतील थोर राजकारणी, ज्येष्ठ ब्राह्मण मुत्सद्दी आणि पराक्रमी सेनापती. शिवाजी महाराजांच्या

काळापासून याच्या घराण्याने मराठी राज्याची सेवा बजावली. शिवाजी महाराजांच्या पंताजी गोपीनाथ बोकील या वकिलाने अफझलखान वधाच्या प्रसंगी यशस्वी वकिली करून अत्यंत मोलाची कामगिरी केली होती. पंताजीपंताचे पुतणे महादजी व गंगोपंत शाहूला तो कैदेत असता अत्यंत उपयोगी पडले. रायगडाच्या पाडावापासून ही मंडळी बादशाही कैदेत होती. गंगोपंत-भगवान-सखारामपंत असा याचा वंश आहे. निंबाजी व बाजी हे त्याचे बंधूही राजकारणात प्रमुखत्वपणे वावरत होते. हा प्रथम पुरंदऱ्यांकडे साधा शिलेदार होता. पहिल्या बाजीरावाने त्याला आपल्याकडे घेतले, पण हा पुढे सरदारी करू लागला. नानासाहेब पेशव्यांच्या उत्तरेतील सर्व मोहिमात हा हजर होता. शाहूचे सर्व कर्ज याने फेडले आणि पेशवे आणि शाहू दोघांचा विश्वास संपादला. मल्हारराव होळकरांबरोबर उत्तरेच्या राजकारणात सहभाग. राघोबाचा कारभारी म्हणून गुजरातेतही कामगिरी केली. पानिपतच्या लढाईपर्यंत राजकारणात प्रमुखपणे वावरत होता. पानिपतनंतर निजामाचा बंदोबस्त करणे हे मोठेच काम त्याने केले. राघोबाप्रेमी, वृत्तीने चंचल म्हणून माधवराव पेशव्याचा विश्वास नसे. त्याच्यावर त्याने नाना फडणीसास कारभारी म्हणून पुढे आणले. अष्टपैलू राजकारणे खेळविण्यास पटाईत होता. पेशवाईत एक संपूर्ण शहाणा म्हणून प्रसिद्ध. कारण तो मुत्सद्दी आणि सरदारही होता. विशेषत: बारभाई मंडळात त्याने मोलाची कामगिरी केली. छत्रपती, पेशवा, मराठे, ब्राह्मण सरदार, सावकार मंडळी इ.चे वर विलक्षण प्रभाव होता. बारभाईत सैन्य, तिजोरी, किल्ले ही त्यांच्याच ताब्यात राघोबाप्रेमी म्हणून कारभाऱ्यांचा त्याचेवर अविश्वास होता. राघोबाबरोबरील कारस्थानात पकडला गेला. नानाने त्यास मरेपर्यंत तुरुंगवास दिला. नाना-बापू याच्या सत्तास्पर्धेत नाना अधिक हिकमती, कारस्थानी, नव्या दमाचा मुत्सद्दी ठरल्याने तो विजयी झाला. सखाराम बापूला आकोपंत नावाचा एक मुलगा होता. पण तो फारसा प्रसिद्धीस आला नाही.

नागपूरकर भोसले : मुधोजी हा या घराण्याचा मूळ पुरुष. हिंगणी बेरडी गावाची त्याला पाटीलकी होती, म्हणून त्यांना हिंगणीकर भोसले असेही म्हणत. हा शहाजीराजे भोसले यांच्या समकालीन होता. त्याचा मुलगा बापूजी हा त्याच्यानंतर पाटीलकी करू लागला. मुधोजीची दोन मुले परसोजी आणि साबाजीही शिवाजी महाराजांच्या सैन्यात होते. राजारामाने परसोजीला वऱ्हाडात चौथ. सरदेशमुखीची सनद दिली. १७०९ मध्ये परसोजी वारला. त्याचा पुत्र कान्होजी यास सेनासाहेब सुभा हे पद मिळाले. त्याने मुख्यत: पूर्वेकडे राज्यविस्तार केला. त्याने आपल्या

पुतण्याचे (रघुजीचे) पुत्रवत पालन केले. पण पुढे त्यास पुत्र झाल्याने त्याच्यात आणि रघुजीत तेढ निर्माण झाली. कान्होजीने निजामाशी संगनमत केले तेव्हा शाहूने त्याचे पारपत्यास रघुजीसच पाठविले. १७३० मध्ये रघुजीने वऱ्हाड, गोंडवनची सनद आणि सेनासाहेब सुभा पद मिळविले. १७३५ मध्ये संपूर्ण नागपूर प्रांत रघुजीच्या ताब्यात आला. त्याने लखनौ, मुर्शिदाबाद, बंगाल, बुंदेलखंड, अलाहाबाद वगैरे सुभ्यात मराठी राज्यविस्तार करण्याची सनद शाहूकडून मिळविली. तेव्हा नानासाहेब पेशवा आणि रघुजी भोसले यांच्यात तेढ निर्माण झाली. भोसले घराण्यातही भाऊबंदकी निर्माण झाल्याने मराठी राज्याचे मात्र अतोनात नुकसान झाले. रघुजीच्या पश्चात सेनासाहेब सुभ्याच्या पदासाठी त्याच्या जानोजी, मुधोजी या पुत्रात कलह माजला. नानासाहेब पेशव्याने जानोजीची त्या पदावर नेमणूक केली. पानिपतच्या पराभवानंतर निजामाने जानोजीशी संगनमत करून पुणे लुटले. निजामाचा पक्ष सोडण्यासाठी त्याने थोरल्या माधवरावाकडून ३२ लक्षाचा मुलूख मिळविला. जानोजीच्या फुटीर प्रवृत्तीचा थोरल्या माधवरावास विशेष राग होता, म्हणून त्याने प्रचंड फौजेसह त्याचेवर एकदा मोहिम काढली. पेशव्यांच्या प्रचंड फौजेशी सामना करणे जानोजीस कठीण झाले. माधवरावाने नागपूर शहर लुटले, जाळले. एकंदरात जानोजीचा सर्व पराक्रम गृहकलहात व्यर्थ गेला. त्याने मुधोजीच्या मुलास दत्तक घेऊन त्याचे नाव दुसरा रघुजी ठेवले. जानोजी १७७८ मध्ये मृत्यू पावला. नारायणराव पेशव्याच्या खुनानंतर मुधोजी–साबाजी भोसले यात पुनश्च संघर्ष निर्माण झाला. १७७५ मध्ये नागपूरजवळील 'पाचगावी' या दोघात लढाई होऊन तीत साबाजीचा पराभव झाला. पुण्यात बारभाई मंडळ निर्माण झाले. त्यात साबाजीने सेनापती म्हणून फार मोलाची कामगिरी बजावली. राघोबाशी पंढरपूरजवळ कासेगावी झालेल्या लढाईत ठार झाला. (१७७४) साबाजीसारखा कसलेला पराक्रमी सरदार बारभाईच्या प्रारंभीच मारला जाणे हे बारभाईपक्षाला फारच हानीकारक होते. मुधोजीने भोसल्यांनी नाना फडणिसांच्या बंगाल मोहिमेस मनापासून साथ न देता इंग्रजांना मिळून स्वराज्याशी हरामखोरी केली. इंग्रजांविरुद्ध एकाचवेळी पेशव्यांनी मुंबईकडे, भोसल्यांनी पूर्वेकडे तर हैदरने राजमहेंद्रीवर एकाच वेळी मोहीम काढून इंग्रजांना हकलून काढावे, ही योजना भोसल्यांनी या मोहिमेतून अंग काढून घेतल्याने पूर्णपणे फसली. टिपूविरुद्ध पुणे दरबारने काढलेल्या मोहिमांतून मुधोजीचे मुलगे खंडोजी आणि व्यंकोजी हजर होते. तसेच भोसल्यांनी शेवटच्या खर्ड्याच्या लढाईतही आपली हजेरी लावली. इंग्रजांविरुद्ध नाना फडणिसांनी चौकडीचे राजकारण उभे केले. यात मराठे, हैदर, पुणे

दरबार, निजाम आणि नागपूरकर भोसले यांनी आपापल्या प्रांतातून एकाच वेळी इंग्रजांविरुद्ध लढाई सुरू करावी, अशी योजना होती. तथापि, लॉर्ड हेस्टिंग्जने २८ लक्षांची लाच भोसल्यांना दिली आणि भोसले नागपुरास स्वस्थ बसले. या योजनेचा फजीतवडाच केला. दुसऱ्या इंग्रज-मराठे युद्धानंतर नागपुरावर इंग्रजांनी आपले वर्चस्व निर्माण केले (१८२६). मात्र, अप्पासाहेब भोसले हा इंग्रजांना कधीच शरण आला नाही. त्याने १८५७ च्या काळात सक्रिय सहभागही घेतला होता.

अलिबहादर (१७६० - १८०२) **:** थोरले बाजीराव आणि मस्तानीचा नातू आणि समशेरजंगचा पुत्र. त्याला कृष्णासिंगही म्हणत. यमाजीपंत हा त्याचा गुरू होता. बांदा (बुंदेलखंड) येथे स्वतंत्र संस्थान त्याला नेमून दिलेले असले तरी पेशव्यांचे त्याचेकडे सदैव लक्ष असे. अलिबहादर बापापेक्षा शूरवीर होता. महादजी शिंद्यांना वेळोवेळी लष्करी साहाय्य करणे आणि बुंदेलखंडाची व्यवस्था लावणे ही त्याच्याकडे कामे होती. पण पुढे महादजींशी अनुपगीर गोसावी प्रकरणापासून त्याच्या कुरबुरी सुरू झाल्या. शेवटी तो नाना फडणिसांनाही न जुमानता वागू लागला. शिंद्यांनी बादशाहाला कैदेतून सोडविण्याची मोहीम काढली. त्या मोहिमेत अलिबहादर होता. हिंमतबहादर गोसाव्याच्या प्रेरणेने त्याने सर्व बुंदेलखंड जवळजवळ जिंकला. पुण्याहून लोक बांद्यास नेऊन १८ कारखाने सुरू केले. गोते नावाचा त्याचा दिवाण होता. अलिबहादराचे वंशज अद्यापि बांद्यास आहेत. त्यांना बांद्याचे नवाब म्हटले जाते. त्याच्या एका मुलाचे नाव दुसरा समशेर बहादूर आणि दुसऱ्या बेगमपासूनच्या मुलाचे नाव झुल्पिकार अली असे होते. मुसलमान असूनही कृष्णभक्त आणि पेशव्यांचे कडवे अभिमानी होते.

अंताजी नागेश : हा पेशव्यांचा एक सरदार असून, त्याच्याकडे गुजरांत प्रांताची व्यवस्था लावण्याचे काम होते. त्याने आपला सहकारी गणेशपंत बेहेरे याच्या मदतीने फतेसिंग गायकवाडावर स्वारी करून त्याला करार करण्यास भाग पाडले. अंताजी नागेश यास फतेसिंगाचा कारभार करण्याची सनद पेशव्यांनी दिली. त्याच्यामुळेच फतेसिंगाच्या बंडाळीचा बंदोबस्त होऊ शकला.

अंताजी (बाबूराव) बर्वे : याच्या वडिलांचे नाव मल्हारपंत होते. हा अत्यंत चतुरस्त्र मुत्सद्दी कोकणस्थ ब्राह्मण असून, प्रथम औरंगाबादेस निजामाकडे

आणि नंतर दिल्ली दरबारात मराठ्यांचा वकील म्हणून कामगिरीवर होता. नदिरशाहाच्या स्वारीच्या वेळी त्याने पुणे दरबाराशी केलेला पत्रव्यवहार त्याच्या सखोल राजकीय ज्ञानाची साक्ष देणारा आहे. सदाशिवरावभाऊशी त्याचे पटेना तेव्हा तो साताऱ्यास छत्रपती शाहूकडे गेला. १७४९ मध्ये कोठूर येथे मृत्यू पावला. त्याची आत्या म्हणजे पहिला पेशवा बाळाजी विश्वनाथाची पत्नी राधाबाई ही होय. त्याची बायको पिंगळे (देशस्थ) घराण्यातील होती.

अंताजी माणकेश्वर गंधे : नगर जिल्ह्यातील कामरगाव येथील देशस्थ ऋग्वेदी ब्राह्मण कुटुंबात जन्मला. दिल्लीच्या राजकारणाची त्याला खडानूखडा माहिती होती. एक दरबारी वकील, बातमीपत्रलेखक आणि तलवारबहादर अशी तिहेरी भूमिका त्याने बजावली. त्याला दिल्लीच्या बादशाहाकडून सात हजारांची मनसब मिळाली होती. उत्तरेच्या राजकारणात सेनापती म्हणून शिंदे-होळकरांच्या बरोबरीने सहभाग. त्यास बहिरोपंत, व्यासराव आणि भगवंतराव असे तीन पुत्र होते. राघो बल्लाळ अत्रे याच्या सख्ख्या भावाचे नातू त्रिंबकपंत हे याचे मावसभाऊ होते. त्र्यंबकपंतांच्या माघारी त्या कुटुंबाचे संगोपन आणि वतनाची वहिवाट यानेच केली. प्रथम हा शाहूच्या पदरी होता आणि नंतर पेशव्यांकडे आला, असे त्याच्या शिक्क्यावरून दिसते. १७५३ मध्ये पेशव्यांतर्फे त्याने बादशाहास मदत करून जाटांना पळता भुई थोडी केली. बादशाहाकडून इटावा व फुपुंद हे दोन परगणे बक्षीस मिळविले. सखारामबापू बोकील हे त्याचे व्याही होते. त्याच्या पश्चात त्याचा मुलगा बहिरो अनंत हाही बापासारखाच कर्तृत्ववान झाला. अंताजी, बाजीराव आणि महंमद बंगष यांच्या लढाईत प्रत्यक्ष हजर होता. १७५७ च्या लढाईत त्याने अब्दालीस रणांगणावर चांगलाच हात दाखविला. दिल्लीच्या राजकारणात त्याचे वाढते प्रस्थ हिंगे वकिलास खपेना. गंधे-हिंगे वाद चांगलाच पेटला. १७५९ मध्ये याला पुण्यास बोलावण्यात आले. पानिपतच्या पळापळीतून जीव वाचवून पळत असता अंताजी माणकेश्वर, बाजी हरि आणि नाना पुरंदरे मारले गेले.

अंताजी रघुनाथ कावळे : हा मालाडचा सरदेसाई व इनामदार होता. हा अत्यंत शूर आणि हिंदू धर्माचा अभिमानी होता. साष्टी प्रांत पोर्तुगिजांकडून परत मिळवण्याबाबत हा फार उत्सुक होता. पेशव्यांच्या मदतीने बहुतेक साष्टी प्रांत याने जिंकून घेतला. वसईच्या प्रख्यात मोहिमेत त्याने चिमाजीअप्पास फार मोलाची मदत केली. कावळे हे पुढे आपणास 'जावळे' असे म्हणवू लागले.

अंबाजी त्रिंबक पुरंदरे : हा सासवडचा देशपांडे, जोशी, कुलकर्णी वतनदार. शाहू महाराष्ट्रात येताच अंबाजी व तुकोजीपंताचा मुलगा मल्हार शाहूच्या पक्षास मिळाले. पुढील उद्योगात याचे शाहूला खूपच साहाय्य झाले. शाहूने त्यास मुतालकी दिली. बाळाजी विश्वनाथ (पहिला पेशवा) याने आपली पोतनिशी व जामदारखाना याच्यावर सोपविला होता. बाजीराव पेशवा होताच याची दिवाणगिरीवर नेमणूक झाली. तेव्हा मल्हार सुकदेव मुतालकी पाहू लागला. शाहूच्या खास मर्जीतील होता. पुरंदरे मंडळी शाहूच्या दरबारात पेशव्यांची बाजू लावून धरत, समर्थन करीत. पेशव्यांचा मुतालिक शाहूजवळ आणि शाहूची मुतालिक पेशव्याजवळ असे. बाळाजीस दमाजी थोराताने कैद केले तेव्हा अंबाजीनेच दंड भरून पेशव्यांची मुक्तता केली. १७२४ मध्ये स्वतंत्रपणे माळवा प्रांत काबीज केला. पवार, बांडे बाजीरावाविरुद्ध कारस्थाने करू लागले, तेव्हा पेशव्याने यालाच त्यांच्या बंदोबस्तास पाठविले होते. याने सिद्यांचाही पराभव केला (१७३५). बाजीराव पेशव्याला राज्यकारभाराचे शिक्षण यानेच दिले. त्यास महादोबा व सदाशिव असे दोन पुत्र होते.

आनंदराव रास्ते (मृ. १७९९) **:** वडिलांचे नाव भिकाजी. प्रारंभी विजापूरच्या बादशाहाच्या पदरी त्याची सचोटी पाहून 'रसदे' या पूर्वीच्या आडनावाऐवजी 'रास्ते' हे नाव पडले. रास्त वागणारे ते रास्ते, असेही म्हणत. नानासाहेब पेशव्यांची पत्नी गोपिकाबाई याची सख्खी बहीण होती. नारायणरावाचा वध झाला तेव्हा हा पेशव्यांतर्फे कर्नाटकात अधिकारी होता. पुण्यात त्याने एक पेठ वसविली आहे. त्याला महिपतराव नावाचा पुत्र होता. तो अल्पायुषी झाला म्हणून भावाचा मुलगा माधवराव यास दत्तक घेतले. बारभाईस याचे खूपच साहाय्य झाले.

आनंदराव सुमंत : पूर्ण नाव आनंद रघुनाथ भोपळे असून, त्याला औरंगाबादकर म्हणत. शाहूला छत्रपतीपदावर बसविण्यात आणि त्याचे आसन स्थिर करण्यात मोलाचा वाटा. शाहूने याला 'सुमंत' म्हणजे परराज्य वकिली दिली. सर्व महत्त्वाच्या पत्र, करारांवर 'संमत सुमंत' म्हणजे सुमंतांची संमती घेतली, असा त्याचा शिक्का होई. मोगलाईतील माहितगार असल्याने शाहूकडील बरीच राजकारणे तो चालवीत असे. शाहूतर्फे निजामाकडे हा राही. बाजीरावाचा मात्र त्याच्यावर फारसा विश्वास नसावा.

बाजीप्रभू महादेव देशपांडे (१७०७ - १७९९) : मुठेखोरेकर किंवा उरवडेकर. १८ व्या शतकातील प्रमुख वीरांपैकी एक वीर. शिवकालात होऊन गेलेला बाजीप्रभू सर्वज्ञात आहे. पण याचे नाव फारच कमी लोकांना ठाऊक आहे. त्याच्या वडिलांचे नाव महादजी रघुनाथ देशपांडे (मुठेखोरेकर), उरवडे गावचे म्हणून 'उरवडेकर' असेही म्हणत. हा युद्धकलेत चांगलाच निष्णात होता. त्याचे अक्षरही उत्तम होते. पेशव्यांनी त्याला प्रारंभी १० स्वारांची आणि नंतर २५ स्वारांची शिलेदारी दिली. बाळाजी बाजीरावचा औरंगाबाद मोहिमेत (१७५२) सहभाग. १७५८ मध्ये राघोबाबरोबर उत्तरेतील मोहिमेत सामील होऊन त्याने अटकेपर्यंत धडक मारली (१७५३). राक्षसभुवनच्या विजयात याचा मोठाच हातभार होता. १७७५ मध्ये मुधोजी भोसल्यावर पेशव्यांनी स्वारी काढली. त्यातही प्रमुख सरदार हाच होता. नारायणरावाच्या खुनानंतर पुण्यात राहाणे असुरक्षित वाटू लागले, म्हणून तो बडोद्याच्या गायकवाडांच्या पदरी राहिला. १७९३ मध्ये गायकवाडांच्या सत्तेत भाऊबंदकी माजली तेव्हा युक्तीने बाजीप्रभूने लढाईचा प्रसंग टाळण्यासाठी मल्हारराव व कान्होजी यांच्यामध्ये भांडण लावून कान्होजीस सातपुड्याकडे पळवून लावले. एकट्या मल्हाररावाच्या मदतीने आपला निभाव लागणार नाही, असे पाहून त्याने गोविंदराव गायकवाडाशी तह केला. अशा प्रकारे पेशवाईप्रमाणेच बाजीप्रभूने गायकवाडीतही आपल्या बुद्धी चातुर्याची व तलवारीची चांगलीच चमक दाखविली.

फत्तेसिंग अक्कलकोटकर भोसले : १७०७ मध्ये शाहू छत्रपती बादशाहाच्या कैदेतून परत येत असता पारद (जि. औरंगाबाद) येथील संभाजी पाटील लोखंडे याने शाहूस विरोध केल्याने उभयतांतात लढाई झाली आणि त्यात संभाजी मारला गेला. त्या पाटलाची पत्नी लहान बालक शाहूपुढे घेऊन आली आणि याचे भविष्य काय म्हणून त्याला विचारू लागली, तेव्हा शाहूस दया येऊन त्याला अभय दिले. दत्तक पुत्र मानून त्याचे नाव फत्तेसिंग ठेवले. शाहूची राणी विरूबाई मृत्यू पावल्यावर तिची उत्तरक्रिया याने केली. तिचा अकलकोट परगणा त्याला मिळाला. याने पहिल्या तिन्ही पेशव्यांची कारकीर्द अनुभवली. त्यांनी केलेल्या कोही मोहिमांत सहभागी राहून शौर्य गाजविले. कोल्हापूर, कर्नाटक, बुंदेलखंड, भागानगर, त्रिचनापल्ली वगैरे प्रांतांवर त्याने स्वाऱ्या केल्या. तेथे मराठी सत्ता दृढ करण्याची कामगिरी केली. शाहू महाराजाच्या मृत्यूने उदासी येऊन १७६० मध्ये मृत्यू.

पिलाजी गायकवाड (बडोदे) : १८ व्या शतकात भारतभर मराठी सत्ता ज्या मराठे सरदाराच्या पराक्रमावर विस्तार पावली, त्यात बडोद्याचे गायकवाड घराणे अग्रेसर राहिले. गुजराथेत मराठ्यांच्या सत्ताविस्तारात या घराण्याचे योगदान महत्त्वाचे ठरते. इ. स. १७१६ मध्ये त्रिंबकराव दाभाडे याच्याबरोबर पिलाजी गायकवाड या विश्वासू, शूर सरदाराची नेमणूक गुजरातच्या कामगिरीसाठी सेनापती दाभाडे यांनी केली. दमाजी गायकवाडांचा पिलाजी हा दत्तकपुत्र. दहमाजी, दावडी, जि. खेडचा रहिवासी. खंडेराव दाभाडे यांच्या पदरी राहून १७१९ च्या बाळापूरच्या लढाईत पराक्रम केल्यामुळे सातारकर छत्रपतींकडून 'समशेर बहादर' हा किताब मिळाला आणि सेनापतीच्या लष्करात नेमणूक झाली. त्याचा मुलगा पिलाजी हा बापासारखाच कर्तृत्ववान होता. त्याने भिल्ल, कोळी यांचा विश्वास संपादन करून सुरत जवळील सोनगड येथे आपले लष्करी ठाणे स्थापन केले. सुरत या अत्यंत समृद्ध शहरी वारंवार स्वाऱ्या करून मुघल सत्ता खिळखिळी केली. गुजरात प्रांतांची सरदेशमुखी मुघल बादशाहाने न दिल्याने स्वबळावर मराठ्यांनी हा हक्क गायकवाडांच्या मदतीने प्रस्थापित केला. १७२०–१७५४ हा सर्वकाळ गुजरात ही रणभूमी पिलाजींनी गाजविली. पेशव्यांनीही गुजरातेत मुसंडी मारण्यांस सुरुवात केल्याने त्यांचे गायकवाडांशी वितुष्ट आले. शाहूच्या मध्यस्थीने पेशवा–गायकवाड यांच्यात समझोता झाला. पिलाजीची नेमणूक दाभाड्यांचा मुतालिक म्हणून करण्यात आली. त्र्यंबकरावाच्या निधनानंतर गुजरातेतील मोहिमांची जबाबदारी पिलाजीनेच पार पाडली. कपटाने मुघलांनी डाकोर या क्षेत्राच्या ठिकाणी पिलाजीची हत्या करविली (१७३२). याचा मुलगा दयाजीने मोगलांवर त्याचा भरपूर सूड उगविला. दहा वर्षांत त्याने मुघलांची गुजरातेतील सत्ता पूर्ण पोखरून काढली. पेशव्यांविरुद्धच्या गटास दमाजीने आपले पूर्ण समर्थन दिले. नानासाहेब पेशव्याने दमाजीवर छापा टाकून त्याला त्याच्या मुलासह कैद करून पुण्यास नेले. तो आणि त्याचा पुत्र सयाजी यास मंगळवेढा येथील किल्ल्यात कैदेत ठेवले. थोरले माधवराव आणि राघोबा यांच्या संघर्षात दमाजीने राघोबाची साथ दिली. १७६८ सालच्या लढाईत दमाजीच्या मुलास गोविंदरावास पेशव्यांनी अटक केली. त्याच सुमारास दमाजीचा मृत्यू झाला. ब्रिटिश सत्तेची गुजरातेतील ढवळाढवळ रोखून धरण्याचे फार मोलाचे काम दमाजीने पार पाडले. त्याच्या पश्चात मात्र गायकवाड घराण्यात यादवी निर्माण झाली. सयाजी–फत्तेसिंग–दमाजीचा मुलगा गोविंदराव यांच्यात वारसा तंटा निर्माण झाला. पेशव्यांनी

गोविंदरावाचा हक्क मान्य करून त्याला सेना खासखेलीचा किताबही दिला. फत्तेसिंगाने सयाजीचा हक्क मान्य व्हावा म्हणून पुण्यास येऊन खटपट सुरू केली. रामशास्त्र्यांनी सयाजीचा पक्ष उचलून धरला. गोविंदरावाने कबूल केलेला नजराणा न दिल्याने पेशव्यांनी सयाजीचा अधिकार मान्य केला. पेशव्यांनी इंग्रज-मराठे यांच्या पहिल्या युद्धाच्या दरम्यानच्या काळात फत्तेसिंगाने इंग्रजांशी हातमिळवणी करून मराठेशाहीला धोका निर्माण केला. गोविंदराव-फत्तेसिंग या दोघांनीही आपापल्या स्वार्थासाठी इंग्रजांशी हातमिळवणी केली. बारभाईंनी भरपूर खंडणी घेऊन फत्तेसिंगाला आपला पाठिंबा दिला आणि गोविंदराव राघोबाला सामील झाला. पुढे १७७५ मध्ये रघुनाथराव-फत्तेसिंग यांच्यात मैत्री तह झाला. त्याला 'सुरतेचा तह' म्हणतात. गायकवाड हे स्वतंत्र सत्ताधीश नसून, मराठ्यांचे जहागीरदारच आहेत, असे मान्य करण्यात आले. १७९० मध्ये फत्तेसिंग मृत्यू पावला. त्याच्यानंतर याचा बंधू माताजी याने बडोद्याची सूत्रे हाती घेतली. पण तो लवकरच निवर्तला. गोविंदराव याचा मार्ग सुकर झाला; पण त्याला आपल्याच अनौरस मुलाच्या बंडाचा बीमोड करावा लागला. गोविंदरावाच्या पश्चात त्याचा पुत्र आनंदराव गादीवर आला. १८०५ मध्ये बडोदे संस्थानाने इंग्रजांची तैनाती फौज स्वीकारली. १८२० मध्ये गायकवाडांच्या गुजरातेतील सत्तेचा पूर्ण नाश झाला.

बाजी रेठरेकर (मृ. १७३९) : देशस्थ ऋग्वेदी ब्राह्मण. थोरले बाजीराव पेशवे आणि चिमाजीअप्पा (श्रीवर्धनकर भट) यांच्या कुटुंबाशी घनिष्ट मैत्री असणारा आणि पुढील काळात बाजीरावाचा एक पार्थ मोठा पराक्रमी सरदार. योगायोग म्हणजे त्याच्या धाकट्या भावाचे नाव आणि आईचे नावही चिमापा-राधाबाई असेच होते. बाजी रेठरेकर बंधूंनी अनेक लढायांत पराक्रम गाजवत बाजीरावाला मदत केली. विशेषत: वसईचा संग्राम (१७३१) हा रेठरेकरांच्या पराक्रमाचा परमोच्च बिंदूच मानला जातो. तारापूरच्या किल्ल्याला वेढा पडला असता, दोन्ही बाजूंकडून युद्धाची धुमश्चक्री चालू होती; पण तारापूर काही पडत नव्हते. बाजीरावाच्या छावणीत जेवणाची खाशी पंगत बसली होती. आचारी तूप वाढीत बाजी रेठरेकरांपर्यंत आला. तेव्हा बाजीने थोरले बाजीराव पेशव्यास म्हटले, 'श्रीमंत' तुपाला वास येतोय, तेव्हा आचारी हळूच पुटपुटला, ''श्रीमंतांच्या पंक्तीला सगळे भोजनभाऊच आहेत. आज चार दिवस झाले तरी तारापूर काही जिंकले जात नाही.'' बाजी रेठरेकर ताडकन

उष्ट्या हाताने उठला आणि म्हणाला, 'आज संध्याकाळपर्यंत तारापूर न पडले तर श्रीमंतांना तोंड दाखविणार नाही.' त्याच दिवशी मराठ्यांनी तारापुरावर तुफानी हल्ला केला. बाजी रेठरेकराने तारापूर सर केले; पण थो. बाजीरावाचा हा प्यारा बाजी मात्र त्यांना न भेटताच वीरगतीस पावला.

होळकर (इंदूरचे) : मल्हाररावजी होळकरांचे पूर्वज खानदेशातले वामगावी राहत. नंतर ते नीरेच्या काठी होळ या गावी स्थायिक झाले. त्यावरून होळकर किंवा वायुगावकर असे म्हणत. मल्हारराव हा खानदेशातील कंठाजी कदमबांडे यांच्या सैन्यात प्रारंभी होता. पहिल्या बाजीरावाने त्याचे रणकौशल्य हेरून आपल्या पदरी ठेवले आणि त्याच्या खऱ्या उत्कर्षास प्रारंभ झाला. त्याने स्वत:चा झेंडा उपकाराची पोच म्हणून बांड्याच्या झेंड्यासारखा ठेवला. १७४५ मध्ये त्याच्या ताब्यात ७४॥ लक्षांचा मुलूख होता. मल्हाररावजीने इंदूर येथे राजधानी करून अनेक धनगर कुटुंबे ऊर्जितावस्थेत आणली. गंगाधरतात्या चंद्रचूड याने अनेक वर्षे होळकरांची दिवाणगिरी सांभाळली. मल्हारराव केवळ शिपाई गडी नव्हता. धर्मरक्षण, विद्येस उत्तेजन, मंदिरांची निर्मिती, इंदूर शहराचा विकास याकडेही त्याने लक्ष दिले. पानिपतच्या रणांगणातून कसाबसा जीव वाचवून परत आला. १७६६ मध्ये मृत्यू पावला. खंडेराव हा त्याचा मुलगा कुंभेरीच्या लढाईत ठार झाला. जाटांशी लढताना थोरल्या बाजीरावाच्या उत्तरेतील सर्वच मोहिमांत त्याने हिरिरीने भाग घेऊन त्या यशस्वी केल्या. गनिमीकाव्याचा कट्टर पुरस्कर्ता होता. 'शीर सलामत तो पगडी पचास' या न्यायाने वागणारा पानिपतच्या रणांगणावरही त्याने गनिमी काव्याचा आग्रह धरला. त्यावरून सदाशिवरावभाऊशी मतभेद झाले. त्याची पत्नी पुण्यश्लोक अहिल्याबाईने पुढील काळात होळकरांची सरदारी समर्थपणे पेलली. तिला तुकोजी होळकराचे बहुमोल साहाय्य झाले. अहिल्याबाई ही धार्मिक वृत्तीची असली तरी कुशल प्रशासक होती. बारभाईंच्या कारकिर्दीतही ती होळकरांचे महत्त्व टिकवून होती. ती १७९५ रोजी निवर्तली. वडीलबंधू काशीराव याचे न ऐकता मल्हाररावाने मनमानी सुरू केली. दौलतराव शिंद्यांनी हल्ला करून पुणे मुक्कामी त्याला ठार केले. तुकोजीचे दासीपुत्र विठोजी आणि यशवंतराव यापैकी यशवंतराव पुढे होळकरांची दौलत सांभाळू लागला. विठोजीने दंगेधोपे सुरू केले. त्यातच तो मारला गेला. यशवंतराव पुढे एकाकी पडला. पुण्याजवळील हडपसर येथे यशवंतरावाच्या आणि दुसऱ्या बाजीरावाच्या सैन्याची लढाई झाली. यशवंतरावाने बाजीरावास तह करण्यास विनविले; पण तो इंग्रजांकडे गेला आणि त्याने वसईचा तह केला आणि इंग्रजांकडे मराठी राज्याची

सोडचिठ्ठी दिली. इंग्रज–मराठे यांच्यातील तिसऱ्या युद्धात यशवंतरावाचा इंग्रजांनी पूर्ण पराभव केला. त्यामुळे १८१८ मध्ये मराठे राज्य खालसा करणे सोपे गेले.

नाना फडणीस (ज. १७४२ – मृ. १८००) **:** पूर्ण नाव बाळाजी जनार्दन भानू अथवा फडणीस. मराठेशाहीच्या अखेरच्या काळातील थोर मुत्सद्दी. त्याला अर्धा शहाणा समजत, कारण तो लढवय्या नव्हता. पण मुरलेला मुत्सद्दी व लेखणी–बहाद्दर होता. श्रीवर्धनच्या भट पेशव्यांशी त्यांची पिढीजात मैत्री, ऋणानुबंध. भटांनी फडणीसांचा आपल्या बरोबरीने उत्कर्ष केला. वयाच्या १५ व्या वर्षी राज्याची फडणिशी नानास मिळाली. पानिपतच्या रणांगणावरील विनाश त्याने डोळ्याने पाहिला. ती भीती आयुष्यभर त्याच्या मनात राहिली. प्रकृतीने अशक्त, रोगिष्ट, पण बुद्धीने अत्यंत तल्लख. तसा नानासाहेब–भाऊसाहेब पेशव्यांचा तो अत्यंत लाडका होता. शनिवारवाड्यातच लहानाचा मोठा झाला. अष्टपैलू राजकारणे घडवून आणण्यात वाकबगार. थोरल्या माधवरावाचा अत्यंत विश्वासू कारभारी. नारायणरावाच्या खुनानंतर बारभाईमंडळ स्थापनेत त्यानेच पुढाकार घेतला. नेतृत्व सखारामपंत बापू बोकील, मोरोबादादा फडणीस याच्यावर मात करून अवघ्या मराठी राज्याचा कारभार त्यांनी आपल्या हाती घेतला. भोसले, शिंदे, होळकर, गायकवाड इ. सारखे बडे सरंजामी सरदार असता, त्यांनी साऱ्यांना नियंत्रणाखाली ठेवले. द्रव्याचा प्रचंड संग्रह होता. त्याला नवकोटचा नारायण म्हणत. पहिले इंग्रज–मराठा युद्ध त्यांच्याच योजकतेमुळे मराठे जिंकू शकले. देवभोळा, श्रद्धाळू, सतत व्रतवैकल्ये चालू करीत असे. सवाई माधवरावाचे संगोपन, शिक्षण पित्याच्या मायेने केले. तथापि, पेशवा मोठा झाल्यावरही ती नियंत्रणे चालूच ठेवली. परिणामी नाना – पेशवे यांच्यात अप्रीती निर्माण झाली नि प्राणास कंटाळून व रागाच्या भरात सवाई माधवरावाने आत्महत्या केली. दुसरा बाजीराव–नाना–दौलतराव शिंदे याची पैशासाठी आणि सत्तेसाठीची कारस्थाने मात्र उबग आणणारी होती. इंग्रज, हैदर, टिपू, निजाम, दिल्लीचा बादशाहा, बंडखोर, फुटीर मराठी सरंजाम साऱ्यांना त्याने मरेपर्यंत धाकात ठेवले. विपन्नावस्थेत, निपुत्रिक अवस्थेत मृत्यू. इंग्रजांनीही त्याच्या मुत्सद्देगिरीची तारीफ – 'एक नाना तो सब पूना' या शब्दांत केली आहे.

नारो आपाजी तुळशीबागवाले (मृ. १७७५) **:** पुण्यातील तुळशीबाग संस्थानचे संस्थापक. पुणे प्रांताचे दीर्घकाळ सरसुभेदार. मूळचे पाडळी (जि. सातारा)

गावचे कुलकर्णी. खाजगीवाल्यांच्या पदरी याचा उत्कर्ष झाला. मलिकंबरच्या तोडीचा महसूलविषयाचे तज्ज्ञ याने केला. निजामाने पुणे जाळल्यावर पुण्याची नगर रचना थोरल्या माधवरावाने याच्याकडूनच करविली.

विठ्ठल बल्लाळ : नागपूरकर भोसल्यांचा एक पराक्रमी सरदार. मुधोजी-साबाजी यांच्या यादवी युद्धात (पाचगाव) साबाजीचा पराभव झाल्यावर तो मुधोजीच्या पक्षाला मिळाला. खर्ड्याच्या लढाईच्या प्रसंगी नागपूरकरांचा तो सेनापती होता. त्याच्या पराक्रमावर खूश होऊन त्याचा पुणे दरबारात सत्कार करण्यात आला. तसेच तो लढाईनंतर इंग्रजांविरुद्धच्या अडगावच्या लढाईतही तो हजर होता. एलफिन्स्टननेही त्याच्या शौर्याची प्रशंसा केली आहे. त्याचा पुत्र गणपतराव हासुद्धा उत्तम योद्धा व सेनापती होता. त्याने दुसऱ्या बाजीरावास मदत करण्याचा प्रयत्न केला. त्या भानगडीत त्याला इंग्रजांच्या कैदेत पडावे लागले. सकदऱ्याच्या लढाईतही (१८१७) त्याने शौर्य गाजविले. बहुधा तो बाजीरावाबरोबर ब्रह्मवर्तास गेला असावा.

दिवाकरपंत चोरघडे (मृ. १७८१) **:** पेशवाईत गाजलेल्या साडेतीन शहाण्यांतील एक पूर्ण शहाणा सरदार आणि मुत्सद्दी. नागपूरकर भोसल्यांच्या पदरी होता. प्रारंभी मात्र कोन्हेरराम कोल्हटकरांचे पदरी होता. तो देशस्थ ब्राह्मण असून नागपूरजवळील नरखेडगावचा राहणारा. तो वृत्तीने फार धार्मिक होता. त्याने काही देवालये बांधविली. भोसले नेहमी पैशाच्या तंगीत असत. चोरघड्यांनी सर्व सावकार आपल्या लगामी राखून भोसल्यांवर आपले नियंत्रण राखले. हा जानोजी भोसल्याचा मुख्य कारभारी. याच्या चिथावणीने जानोजी निजाम आणि राघोबाशी कारस्थाने करी. पेशव्यांनी त्याला पकडून कैदेतही टाकले. जानोजी पुण्यावर चाल करून येत असल्याची खोटी पत्रे तयार करून त्याने स्वत:ची सुटका करून घेतली. इंग्रज नेहमी त्याला जाळ्यात पकडण्यास पाहत. पण हा कसलेला मुत्सद्दी असल्याने त्यांना कधीच यश मिळाले नाही. वयाच्या ८० व्या वर्षी निपुत्रिक अवस्थेत मृत्यू पावला.

पिलाजी जाधव (१७०७ - १७५१) **:** याच्या वडिलांचे नाव चांगोजी. बहुधा मराठा अर्धशतकभर हर एक महत्त्वाच्या लढाईत हजर राहून छत्रपती शाहूतर्फे पराक्रम गाजवणारा हा एकमेव सरदार असावा. वाघोली व वाडी या दोन गावांची इनामे असल्याने वाघोलीकर आणि वाडीकर अशा दोन शाखा निर्माण झाल्या. देवगिरीच्या जाधवांशी संबंधित, पण मुघल वंशावळ मिळत नाही. शाहू बादशाहाच्या

कैदेतून आल्यावर त्यास सामील होणारा प्रमुख बलाढ्य असा सरदार. चंद्रसेन जाधवा याच्या कैदेतून बाळाजी विश्वनाथाची याने सुटका केली. थोरातांचा बंडावा मोडला. त्यावरून शाहूने त्याला दिवे व नांदेड येथील इनाम दिले व सरंजामी सरदार केले. बाळाजी विश्वनाथाबरोबर सनदा आणण्यास दिल्लीस गेला होता. पेशव्याच्या प्रत्येक मोहिमेत तो हजर होता. त्यास निजामाकडूनही काही गावे इनाम मिळाली होती. निजामावर देखरेख ठेवण्यासाठीच त्यांच्यावर जबाबदारी आली. १७२८ मध्ये चिमाजीअप्पाने माळव्यात मोहीम काढली तेव्हा हा हजर होता. तसेच बुंदेलखंडाच्या मोहिमेतही हजर होता. बाजीरावाशी त्याचे वारंवार खटके उडत. बाजीरावाने त्याचा सरंजामही एकदा जप्त केला होत;, पण शाहूच्या रदबदलीने तो पुन्हा दिला. १७३५ मध्ये हा कोकणच्या मोहिमेवर होता. भोपाळची लढाई, पोर्तुगीजांविरुद्ध वसई मोहिमेत विशेष चमकला. पेशव्यांशी त्याचे अत्यंत घरोब्याचे संबंध होते. १७५१ मध्ये मृत्यू. त्याच्या मुलाचे नाव सखोजी होते.

कापशीकर घोरपडे : संताजी घोरपड्याने संभाजीमहाराज कर्नाटकच्या मोहिमेत असता सतत ३ महिने लढाया करून तुंगभद्रेपर्यंतचा प्रदेश काबीज केला. छत्रपती संभाजीमहाराजांवरील शेवटच्या हल्ल्यात संताजी जीव वाचवून पळून गेला. तथापि, राजारामाच्या काळात संताजीने स्वराज्यरक्षणाची मोठीच सेवा केली. राजाराममहाराज जिंजीस निघून गेले तेव्हा गनिमी हल्ल्यांनी मुघलीसेनेला ठायी ठायी बेजार केले. औरंगजेबाची छावणी भीमातिरी तुळापूर येथे असता संताजीने आपल्या बंधूसह छावणीवरच छापा टाकून सोन्याचे कळस कापून आणण्याची बहादुरी केली. संताजी घोरपडे आणि धनाजी जाधव यांच्या धाकाने मुघली सैन्यातील घोड्यांना पाण्यातही धनाजी-संताजी दिसून ती पाणी पिण्याला नकार देऊ लागली. बहिर्जी आणि मालोजी घोरपडे राजाराममहाराजांबरोबर जिंजीस गेले होते. तेथे गेल्यावर राजाराममहाराजांनी नवे मंत्रिमंडळ निर्माण केले. त्यात संताजीस सेनापतीपद दिले व मिरजेची देशमुखीही दिली. दोड्डेरीच्या इतिहासप्रसिद्ध लढाईत संताजीने मुघली सेनेला धूळ चारली. त्यावेळी त्याच्या जवळ केवळ २० हजार सैन्य होते. दुर्दैवाने पुढे संताजी आणि छत्रपती राजाराम यांच्यात गैरसमज निर्माण होऊन त्याचे सेनापतीपद काढून घेण्यात आले. संताजीस बंडखोर म्हणून घोषित केल्याने सेनापती धनाजी जाधवाशीही त्याला लढाई करावी लागली. १६९७ मध्ये औरंगजेबाचा मराठा सरदार नागोजी माने यांनी दग्याने संताजीस ठार केले आणि शीर बादशाहास नजर

केले. त्यायोगे मराठी राज्याचे अतोनात नुकसात झाले. कारण मराठ्यांच्या औरंगजेबाविरुद्धच्या लढ्यात संताजी घोरपडे हाच मुख्य कणा होता; तोच मोडून पडला. युद्धनेतृत्व, संघटनकौशल्य, साहसी वृत्ती आणि पराक्रम यात तो बेजोडच होता. राणोजी आणि पिराजी ही त्याची दोन मुले. पैकी राणोजी १७०२ मध्ये लढाईत लढताना मारला गेला, तर पिराजी ऐन तारुण्यात कर्नाटकातील पाळेगारांशी लढताना ठार झाला.

गजेंद्रगडकर हिंदुराव घोरपडे : संताजीचा धाकटा भाऊ बहिर्जी हा भावाप्रमाणेच पराक्रमी होता. हाच हिंदुराव घोरपडे शाखेचा संस्थापक होता. बादशाहाच्या तंबूचे कळस कापून आणले तेव्हा हाही त्यात सहभागी होता त्याबद्दल राजाराम महाराजांनी त्याला 'हिंदुराव' हा किताब दिला होता. गजेंद्रगडची जहागीरीही बहाल केली. याच घराण्यातील सिधोजीराव घोरपडे यांनी सोंडूरचे राज्य स्थापन केले. त्याचा मुलगा मुरारराव याने गुत्ती परिसरात आपला जम बसविला म्हणून हिंदुराव घोरपड्यास गजेंद्रगडकर, सोंडूरकर आणि गुत्तीकर असे उल्लेखिले जाते. बहिर्जीने राजाराम महाराजांच्या समागमे राहून त्यांचे वेळोवेळी रक्षण केले. तो त्यांचा सेनापती, मंत्री, मित्र, सल्लागारही होता. त्याने गुत्तीचा किल्ला स्वत:चे प्रमुख केंद्र केले. मुरारराव घोरपड्याच्या काळापर्यंत हा किल्ला त्यांच्या ताब्यात होता. नंतरच्या काळात बहिर्जी ताराबाईच्या पक्षाला जाऊन मिळाला. गोवेकरांशी मुख्यत: तोच वाटाघाटी करीत असे. १७०५ मध्ये गुलबर्ग्याजवळील वाकिनखेडा येथे हिंदुराव घोरपडे आणि धनाजी जाधव यांनी मुघल सैन्याला चांगलेच पाणी पाजले. नंतर बहिर्जी गजेंद्रगडास निघून गेला. १७०८-०८ च्या सुमारास निधन पावला. त्याला सयाजी-मुरारराव (पहिला) व सिधोजी अशी तीन मुले होती. त्यापैकी सिधोजी हा विशेष पराक्रमी निघाला. त्याने महाराणी ताराबाईचा पक्ष स्वीकारला. १७१० मध्ये पन्हाळ्यास मराठी राज्याची दुसरी गादी निर्माण झाली तेव्हा सिधोजी सेनापती नेमला गेला. पण पुढे त्याचे महाराणी ताराबाईशी वितुष्ट आले आणि तो गजेंद्रगड या आपल्या जहागिरीच्या ठिकाणी निघून गेला. या परिसरात एक प्रबल मराठी सत्ता केंद्र त्याने निर्माण केले. गुत्ती येथे सत्ता स्थापन केली. त्यासाठी त्याला म्हैसूरचे राजे, कर्नाटकातील नवाब, हिंदुपाळेगार यांच्याशी सतत संघर्ष करावे लागले. सिधोजीचा मुलगा मुरारराव यास सरदेशमुखी व हिंदुराईचा किताब देण्यात आला. सिधोजीस मुरारराव (दुसरा). दौलतराव असे दोन मुलगे होते. दुसरा मुरारराव १७४० नंतरच्या काळात आपल्या कर्तृत्वाने चांगलाच प्रसिद्धीस आला. गजेंद्रगड-सोंडूर

दोन्ही त्याच्याच होती. त्याच्याकडे त्रिचनापल्लीचा किल्ला तीन वर्षे ताब्यात होता. १७४३ मध्ये त्याला तो निजामाला देणे भाग पडले. शाहू आणि पेशवे यांच्याशी त्याचे दृढ मैत्रीचे संबंध होते. सुमारे ४० वर्षे त्याने आपली कारकीर्द गाजविली. कर्नाटकातील मराठेशाहीचा मूर्तीमंत इतिहास असेच त्याचे वर्णन केले जाते.

दत्तवाडकर घोरपडे (अमीर उल उमरा) : संताजीचा धाकटा भाऊ मालोजी याच्यापासून या शाखेचा प्रारंभ होतो. तथापि हा तरुणपणीच मारला गेला. राजाराम महाराजांच्या जिंजी प्रवासात तो मुघलांच्या हाती सापडला. औरंगजेबाने इतरांबरोबर त्यालाही ठार केले.

बांडे कंठाजी कदम : पुणे जिल्ह्यातील बांड्यांच्या वडगावचा. थोरला भाऊ अमृतराव ताराबाईचे पदरी होता तो पुढे शाहूला मिळाला. गुजरात प्रांतात मराठी सत्ता दृढमूल करण्यास याने पिलाजी गायकवाडाला मोलाची साथ दिली. तेथील चौथ. सरदेसाई हक्क मिळवला. इ.स. १७२७ च्या निजामावरील स्वारीतही हजर होता. १७३१ मध्ये थोरल्या बाजीरावाच्या विरुद्ध लढत असता पळून गेला. १७३४ मध्ये माळव्यातून याने बरीच लूट मिळवली होती.

रामाजी महादेव बिवलकर (मृ. १७७२) **:** प्रारंभी तुकाजी आंग्रे यांचा कारभारी होता. पण पुढे पेशव्यांना फितूर झाला. कोकणात पेशव्यांनी त्याला आपला सुभेदार नेमले. नानासाहेब पेशव्याच्या विशेष लोभातील हा सरदार होता. याच्या हालचाली ठाणे, कल्याण, साष्टी, वसई भागात चालत. याचे मुख्य ठिकाण कल्याण होते. वृत्तीने धार्मिक असून ठाण्याचे कौपीनेश्वराचे देवालय त्याने बांधलेले आहे. तुळाजीविरुद्ध इंग्रजांची मदत पेशव्यांना मिळवून देण्याच्या कारस्थानात ह्याचाच पुढाकार होता. १७५५ मध्ये याने आंग्र्यांचा अंजनवेल किल्ला जिंकून पेशव्यांना दिला. पेशव्यांच्या हुकुमाने त्याने हबशांवर मोहीम काढून जलमार्गाने जाऊन दंडा राजापुरी लुटून जंजिऱ्यास मोर्चे लावले. अत्यंत धाडसी ब्राह्मण. सागरी योद्धा म्हणून पेशवाईत विशेष प्रसिद्ध झाला. चिमाजी आप्पाने प्रसिद्ध वसईची मोहीम काढली त्यावेळी खंडोजी माणकराबरोबर हाही फौजेत होता.

विसाजी कृष्ण बिनीवाले (मृ. १७८५) **:** मूळचा राजापूर प्रांतातील तेरवण गावचा रहिवासी. कऱ्हाडी ब्राह्मण. मूळ आडनाव चिंचाळकर. विसाजीचा

बाप कृष्णाजी हा प्रथम पुरंदरास येऊन राहिला. त्याचा वडील मुलगा पुण्यास सावकारी करीत असे. कनिष्ठ मुलगा विसाजी हा घोड्यांचा फार शौकीन होता. नानासाहेब, भाऊसाहेब यांची मर्जी संपादून हुजुरातीत दौलतराव काटे याच्या हाताखाली याने पागेत नोकरी मिळविली. तेव्हापासून चढत्या क्रमाने हा मोहिमा पार पाडू लागला. थोरल्या माधवरावाकडून शाबासकी मिळवली. पानिपतनंतर उत्तरेचा कारभार पुन्हा सावरण्याची जबाबदारी पेशव्यांनी रामचंद्र गणेश कानडे आणि बिनीवाले यांच्यावर सोपवून त्यांना उत्तरेस पाठविले. दोघांनी मराठ्यांचा दरारा पुन्हा उत्तरेत बसविला. सरदारांच्या भांडणात न पडता केवळ राज्यहित पाहिले. रामचंद्र गणेशला माघारी बोलवल्यावर उत्तरेचा सर्व कारभार एकहाती यानेच सांभाळला. १७७१ मध्ये दिल्लीच्या लाल किल्ल्यावर याने भगवा झेंडा फडकवला. ही त्याची विशेष उल्लेखनीय कामगिरी होय. त्याबद्दल त्याचा सत्कार होऊन बादशाही वजिरी, बक्षिस ही त्याची सेवा व सेनापतीत्व विशेष बहाल झाली. विसाजी आणि महादजी शिंदे या जोडीने उत्तरेतील मराठ्यांच्या शत्रूला रगडून त्यांचे डोळे दीपवून टाकले. १७७३ शहाआलमला बादशाही तख्तावर बसविले. या त्याच्या कामगिरीची त्याची सर्वत्र वाहवाह झाली.

गोविंदपंत बुंधेले (मृ. १७६०) : पानिपतच्या लढाईच्या अगोदर वीरगती पावलेला मराठ्यांकडील एक पराक्रमी सरदार. सदाशिवरावभाऊंना रसद पुरवठा करण्याचे महत्त्वाचे काम याचेकडे होते. अब्दालीने त्याचे मुंडके कापून भाऊला भेट म्हणून पाठविले. बुंधेलखंडाची व्यवस्था लावण्याची कामगिरी केली. उत्कृष्ट पत्रलेखक असा त्याचा लौकिक होता. त्याने सुचविलेले उपाय वेळीच नानासाहेब पेशव्यांनी केले असते तर कदाचित पानिपतचा संग्रामही टळू शकला असता. पण पेशव्यांनी त्या सूचनांकडे लक्ष दिले नाही.

बापूजी सोनाजी दिघे : रोहिड खोऱ्यातील सुभेदार. राजारामाचे वेळेपासून सचिवांबरोबर राहून मोहिमेत चमकला. काही काळ परसोजी भोसल्यांचा कारभारी होता. शाहू खानदेशापर्यंत येताच त्याला सामील होण्याविषयी परसोजीचे मन वळविले. हा भोसल्यांचे पदरी बरीच वर्षे होता. हैबतराव निंबाळकर, नेमाजी शिंदे वगैरेस शाहूला मिळण्याबाबतीत यानेच प्रयत्न केले. १७०८ मध्ये शाहूने त्याला दोन गावे इनाम दिली.

रघुजी करंडे : नागपूरकर भोसले जानोजीचा याचा उजवा हात असलेला हा सरदार. जानोजी, मुधोजी यांच्या वारसा युद्धात त्याने जानोजीचा पक्ष घेतला. पेशव्यांविरुद्ध त्याच्या मनात खूपच अढी होती. म्हणून पेशव्यांविरुद्धच्या सर्व कटकारस्थानात तो विशेष रस घेई. निजामाने वऱ्हाड प्रांतात धामधूम सुरू केली तेव्हा जानोजीने त्याची रवानगी निजामावर केली. बापू हा त्याचा मुलगाही या मोहिमेत होता. रघुजी करंडे काही काळ भोसल्यांच्या यादवीत मुधोजीच्या पक्षातही राहिला. त्याने जानोजी – मुधोजीत मध्यस्थी करण्याचे खूप प्रयत्न केले. १७६१ मध्ये जानोजी – मुधोजी नानासाहेब पेशव्यांबरोबर सदाशिवराव भाऊच्या मदतीस उत्तरेत निघाले, पण पानिपतच्या पराभवाची वाटेतच बातमी मिळून मागे फिरले. या वेळी निजामाने जानोजीशी संगनमत करून पुणे लुटले. त्यातही रघुजी करंडे सक्रिय राहिला (१७६३).

भवानी काळू : जानोजी भोसल्याच्या उत्तरकाळात नागपूरकरांच्या दरबारात उदयास आला. लष्करी आणि मुलकी कारभारात ही तरबेज होता. दुर्दैवाने थोरले माधवराव पेशव्यांचे अकाली निधन झाले. अन्यथा त्याने पुणे दरबाराला नागपूरकर भोसल्यांचे भरपूर सहाय्य मिळवून दिले असते. नागपूरकरांचा दरबार गृहकलहाने, स्वार्थी राजकारणाने पोखरून गेला. या वादावादीत त्याने मुधोजीस आपले समर्थन दिले. सेनासाहेब सुभा वादात मध्यस्थी करण्याचाही प्रयत्न केला. मुधोजी–जानोजी यांच्यात युद्ध प्रसंग निर्माण झाला असता, याने काही काळ वाद थांबवला. नागपूर राज्याच्या दृष्टीने त्याचे परिश्रम खूपच मोलाचे ठरले.

कोन्हेर त्रिंबक एकबोटे (फाकडे) : पेशवाईत कोन्हेर त्र्यंबकने आपल्या पराक्रमाने शत्रूला जेरीस आणले. त्याबद्दल त्यास 'फाकडा' ही दुर्मिळ पदवी मिळाली. नानासाहेब पेशव्यांच्या काळात झालेल्या सर्व लढ्यात त्याने भाग घेतला. लढाईच्या रणधुमाळीत हा एकांडा शिलेदार जोरदार मुसंडी मारत असे. कर्नाटकच्या मोहिमेत त्याला मृत्यू आला.

खंडेराव हरी भालेराव (१७८० – ९७) : हरिपंताचे वडील आणि आजे हे दोघेही थोरल्या बाजीरावाबरोबर माळव्यात कामगिरीवर होते. खंडेराव हे शिंद्यांच्या प्रमुख सरदारांपैकी एक होते. १७८० मध्ये गोहदच्या वेढ्यात त्याने विशेष पराक्रम

गाजविला. तसेच ग्वाल्हेरचा किल्लाही जिंकला. १७८५ मध्ये महादजींनी बादशाही कारभार हाती घेतला त्यावेळी याची कामगिरी विशेष झाली. १७८६ मध्ये बुंदेलखंडातून बरीच खंडणी मिळविली. तसेच कलिंजरचाही किल्ला पेशव्यांसाठी जिंकून घेतला. दतीयास येऊन सेवढा किल्ला काबीज केला. जयपूरच्या राण्याशी त्याने दहा हजार स्वारानिशी येऊन लढाई केली. या युद्धात त्यांनी पराक्रमाची शर्थ केली. गुलाम कादरखानाचे बंड मोडून यानेच दिल्लीत शांतता प्रस्थापित केली. आग्र्याचा किल्ला जिंकला. त्याबद्दल महादजीने त्यास २२ महालाची मामलत दिली. दिल्ली किल्ल्याचा ही याने बंदोबस्त केला. त्याची सर्व राजकारणे आणि पराक्रम दिल्ली प्रांतातच झाले. बुद्धिचातुर्य आणि तलवार दोन्हीत तो तरबेज होता. १७९० मध्ये नजब कुलीखानाचा कानोडचा किल्ला शर्थीची तलवार गाजवून जिंकला. दिल्लीच्या बादशाहाने त्याचा वस्त्रे, भूषणे देऊन सन्मान केला. कानोड हेच आपले मुख्य केंद्र करून पुढील राजकारणे केली. त्याने कवायती पलटणे उभी केली. दि बॉईन हा फ्रेंच सेनापती प्रथम याचे पदरी नोकरीस होता. महादजीच्या मृत्यूनंतर त्याच्या सर्व प्रदेशाची व्यवस्था आणि रक्षण करण्याचे काम याने केले. यमुनेत उदासपणे शेवटी जलसमाधी घेतली.

मुतालिक गमाजी यमाजी (मृ. १७६४) **:** हा यमाजी शिवदेवाचा मुलगा. शुक्ल यजुर्वेदी ब्राह्मण. माधवरावाच्या पक्षाचा. हा प्रतिनिधींचा मुतालिक म्हणजे दुय्यम होता. १७६३-७२ या काळात पेशवे - प्रतिनिधींचा बेबनाव झाला. साताऱ्यास जाऊन पेशव्यांनी छत्रपती आणि प्रतिनिधी या दोघांकडून पेशवाईची वस्त्रे घ्यावीत अशी परंपरा होती. त्यामुळे ज्याला पेशवेपदाची वस्त्रे हवी असतील त्याला छत्रपती आणि प्रतिनिधींनी प्रसन्न ठेवावे लागत असते. गोपाळराव पटवर्धन, प्रतिनिधी व हा असे निजामाला जाऊन मिळाले होते. 'पेशव्यांनी साऱ्यांची समजूत घालून परत आपल्यात आणले. हा राक्षभुवनच्या लढाईत पेशव्याच्या हातून मारला गेला. हा 'स्वभावाने' अत्यंत क्रूर असल्याने 'यमाजीस (मृत्यूस) न भ्यायले तरी गमाजीस भ्यायले पाहिजे,' अशी म्हण पडली होती.

शितोळे - देशमुख :

राजा राजेंद्र जंगबहादूर नरसिंहराव शितोळे देशमुख : शितोळे देशमुख या घराण्याचे मूळ पुरुष दसमोजी नाईक शितोळे हे होत. त्यांचे चिरंजीव आंडबोजी

नाईक शितोळे हे विजापूरच्या आदिलशाही दरबारात मानकरी होते. त्यावेळी १६०५ मध्ये त्यांनी अनेक शतकापासून वंशपरंपरागत चालत आलेल्या आपल्या पुणे प्रांताच्या देशमुखी हक्कांचे पुन्हा नूतनीकरण करून घेतले. आडबोजीरावानी याच काळात पुण्याच्या कसबा पेठेत गढीसादृश वाडा बांधला. आडबोजीरावानंतर त्यांचे चिरंजीव मालोजीराव शितोळे यांनाही इ. स. १६३७ मध्ये आदिलशाहाकडून सनदी मिळाल्या आहेत. मालोजीरावानंतर त्यांचे चिरंजीव आडमोजीराव हे आदिलशाही सोडून श्री छत्रपती शिवाजीमहाराजांच्या स्वराज्य लढ्यात सामील झाले.

शितोळे हे घराणे उत्तर हिंदुस्थानातील 'सिसोदिया' या रजपूत वंशाचे असून स्वत:ला सूर्यवंशी क्षत्रीय तसेच श्रीप्रभू रामचंद्रांचे द्वितीयपुत्र कुश यांचे वंशज मानतात. सुमारे बाराशे वर्षांपूर्वी ते पुणे येथे येऊन स्थायिक झाले. पुण्याच्या आसपास त्यांनी ३९० गावे वसवली त्याबद्दल त्यांना पुणे परगण्याच्या देशमुखीचे हक्क मिळाले. पुण्याजवळील लवळे आणि पाषाण ही गावे तर अनेक शतकापासून त्यांची इनामगावे म्हणून चालत होती. नदीभोवतालची सर्व शेतजमीन त्यांचीच होती. पुणे शहर विकासासाठी बरीच जमीन सरकारने नंतर वापरली.

अनेक शतकांपासून शितोळे घराण्याकडे पुण्याच्या देशमुखीचे हक्क अखंडीत होते. पुणे प्रांतावर अनेक सत्ता आल्या आणि गेल्या. उदा. निजामशाही, आदिलशाही, मुगल, मराठे आणि शेवटी इंग्रज तरीही शितोळ्यांची पुणे परगण्याची देशमुखी आबादित राहिली. त्यांच्या कार्यात आणि मानपानात काहीही बदल झाला नाही. या घराण्यातील पुरुषांनी वेळोवेळी गाजविलेल्या पराक्रमाबद्दल त्यांना अनेक किताब आणि जहागिऱ्या मिळाल्या असे उपलब्ध सनदांवरून लक्षात येते. शितोळे देशमुखांची जहागीर महाराष्ट्रातील खानदेशी जिल्ह्यापासून मध्यप्रदेशातील होशिंगाबाद शाहजापूर, खांडवा, नरवर इ. जिल्हे तसेच हरियाणा येथील पानिपत, सोनपत इथपर्यंत पसरल्या होत्या. ग्वाल्हेरजवळ त्यांची ६०० चौ. मैल एवढी जहागिरी होती. पुणे प्रांतातील त्यांच्या जहागिरी वा वतनी ३९० गावे मावळ, हवेली, पुरंदर आणि भीमथडी तालुक्यातील आहेत.

साधारण: ३०० वर्षापूर्वी या शितोळे परिवाराची तीन शाखात विभागणी झाली. नरसिंहराव शितोळे, नाईकजी शितोळे आणि सातभाई शितोळे. वडील घराण्यातील ज्येष्ठ पुत्राने आपल्या वडिलांच्या नावाचे जागी नरसिंह हे कुलदैवताचे नाव लावण्याची प्रथा पडली.

शितोळे घराण्यातील कागदपत्रावरून असे दिसून येते की दसमोजी नाईक यांचा मुलगा आडबोजी हे विजापूर दरबारात 'एजाज पाकर' होते.

बाबाजी शितोळे (अंकलीकर शाखा, बेळगाव) **:** हे तमाजीचे नातू. आजोबाप्रमाणेच शूर व कर्तबगार होते. राजारामाच्या पदरी होते. जिंजीस जाताना यांचे खूपच साहाय्य झाले. पुढे संताजी घोरपड्याबरोबरच बादशाही छावणीवरील हल्यात भाग घेऊन सोन्याचे कळस कापून आणले. त्याबद्दल बक्षिसी म्हणून त्याला घोरपड्याच्या पथकात शिलेदारी देण्यात आली. छत्रपती शाहू महाराष्ट्रात येताच त्यांना हा सामील झाला.

त्यानी आपले पुत्र सुलतानजी, आप्पाजी आणि खेत्रोजी थोरल्या बाजीरावांच्या पदरी होते त्यांनी बाजीरावाच्या उत्तरेतील सर्वच मोहिमात भाग घेऊन त्या विजयी केल्या. बाजीरावाने त्यांना 'सेना दुसहस्त्री' हा किताब दिला होता. शाहूकालात झालेल्या अनेक लढायात मराठी सैन्यात ते प्रमुखत्त्वाने चमकले. त्याबद्दल शाहूमहाराजांनी इ. १७१८ मध्ये पुण्याजवळील वानवडी, मांजरी, घोरपडी, उरळी, बोरीवपाल, वढू (छ. संभाजीमहाराजांची समाधी स्थळ असलेले) भिवरी, पेरण, मिरवडी, चिंचोली, उंडवडी येथील जमिनी व गाव वंशपरंपरागत इनाम म्हणून दिले. तसेच त्यांच्या उत्पन्नावरील 'तिजाई' हा कर माफ करण्यात आला. मालोजीरावांचे पणतू सिद्धोजीराव नरसिंहराव शितोळे देशमुख मराठा सेनेचे सरसेनापती हे महादजी शिंदे यांचे जणू उजवे हातच होते. त्यांच्या उत्तरेतील सर्व मोहिमातून सिद्धोजीराव प्रमुखपणे असत. त्यांचा मुलगा लाडोजी नरसिंहराव हा पेशवाईतील प्रख्यात सरदार महादजी शिंदे यांचा जावई. यांच्या बायकोचे नाव बाळाबाई. लग्न १७७६ मध्ये झाले. सिद्धोजी व लक्ष्मणराव अशी दोन मुले त्यांना झाली. महादजीशी सोयरिक झाल्यामुळे शितोळ्यांचा राजकीय, सामाजिक प्रभाव खूपच वाढला. महादजीने दिल्लीच्या बादशहाची व्यवस्था पाहण्याचे काम लाडोजीवर सोपविले आणि त्याने ते चोख पार पाडले. तसेच गुलाम कादरखाचे बंड मोडण्यातही पुढाकार घेतला. लाडोजीच्या हातून काही गुन्हा घडला असता नाना फडणीसानी महादजीची भीड न बाळगता किंवा लहान वय लक्षात न घेता त्यास उन्हात पायाचे अंगठे धरून उभे राहायला लावून त्याच्या डोईवर दगड ठेवले त्यायोगे त्याची खूपच बदनामी झाली म्हणून महादजीनी तीव्र शब्दात आपली नाराजी नाना फडणीसांकडे व्यक्त केली. मेडत्याच्या मोहिमेतही आगाऊ व्यवस्थेसाठी लाडोजीस पुढे पाठविले होते. १७९३ मध्ये त्याचा मृत्यू झाला. त्यांचा मुलगा सिद्धोजी हा मराठ्यांच्या अखेरच्या खर्ड्याच्या लढाईत हजर होता. महादजी स्वत: माळकरी आणि पांडुरंग भक्त असल्याने लाडोजीचाही वारकरी संप्रदायाशी जवळचा संबंध आला. दरवर्षी निघणाऱ्या पालख्यांच्या व्यवस्थेसाठी सेवेकरी, माऊलीस विविध उपहार, वस्त्रे दागदागिने पालखी इ. ची त्यांनी कायमची व्यवस्था केली. ती अद्याप पर्यंत चालू आहे.

पेशवेकालीन वंशावळी

ग्वाल्हेरचे शिंदे घराणे

राणोजी शिंदे

प्रथम पत्नीपासूनचे

- (१) जयाप्पा
  - जनकोजी (पानिपतावर मृत्यू १७६१)
- (२) दत्ताजी
- (३) जोतिबा (अल्पायुषी)

द्वितीय पत्नीपासूनचे

- (४) महादजी
- (५) तुकोजी

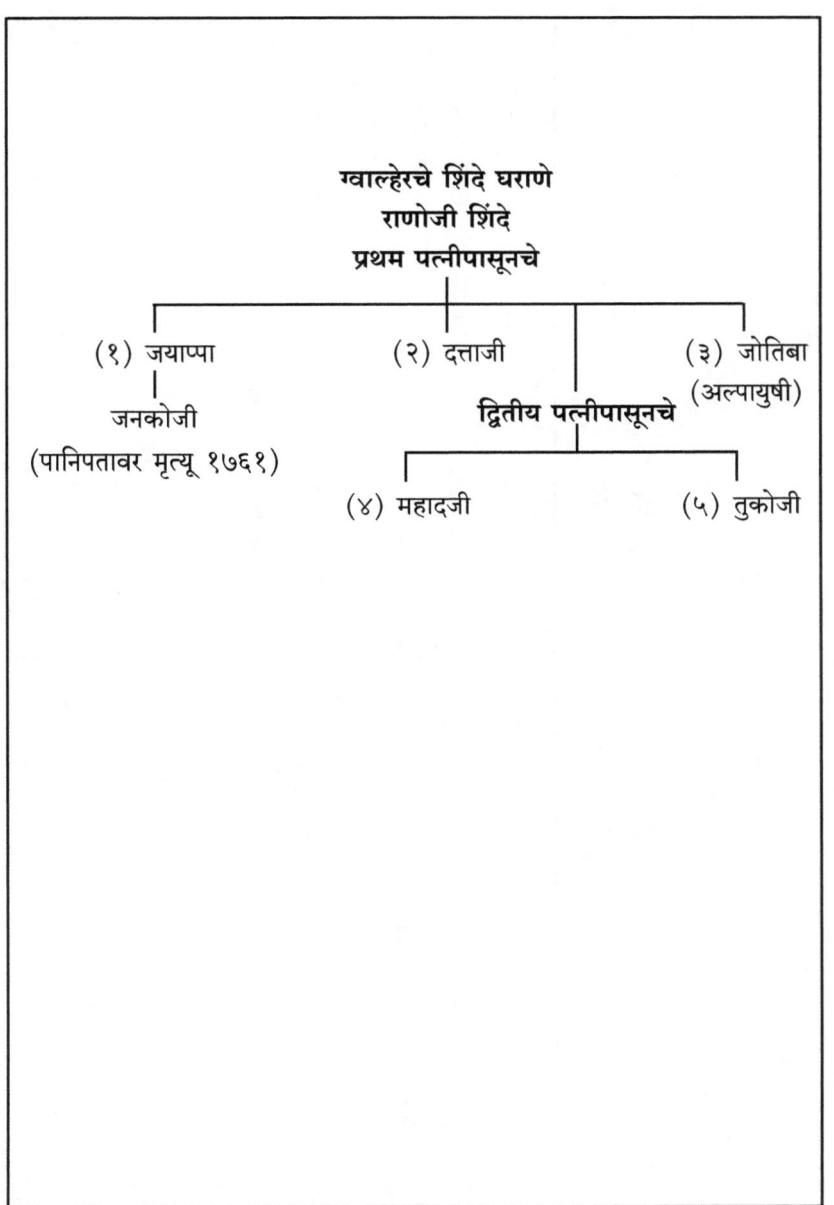

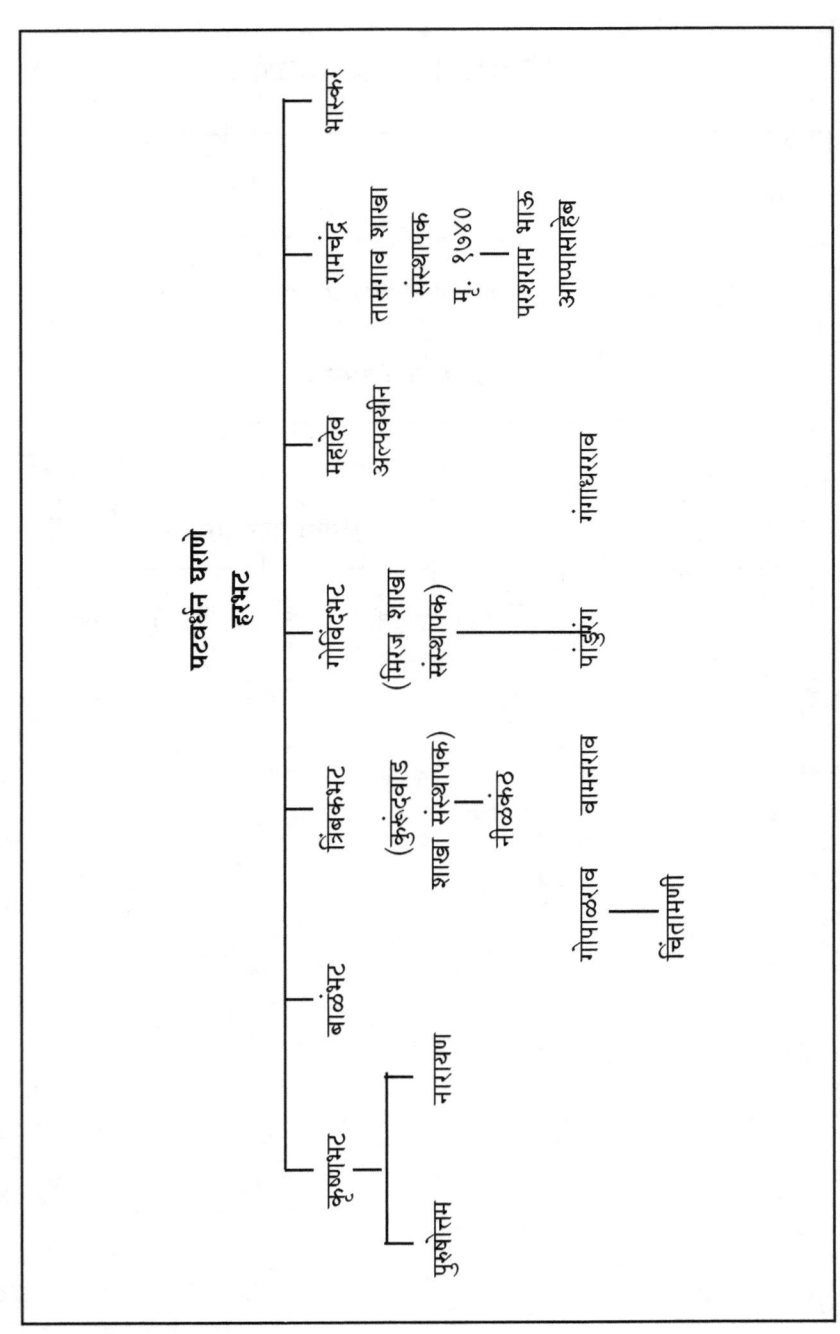

पटवर्धन घराणे
हरभट
कृष्णभट
पुरुषोत्तम
नारायण
बाळंभट
त्रिंबकभट
(कुरूंदवाड शाखा संस्थापक)
नीळकंठ
गोविंदभट
(मिरज शाखा संस्थापक)
गोपाळराव
चिंतामणी
वामनराव
पांडुरंग
गंगाधरराव
महादेव
अल्पवयीन
रामचंद्र
तासगाव शाखा संस्थापक
मृ. १७४०
परशराम भाऊ
आप्पासाहेब
भास्कर

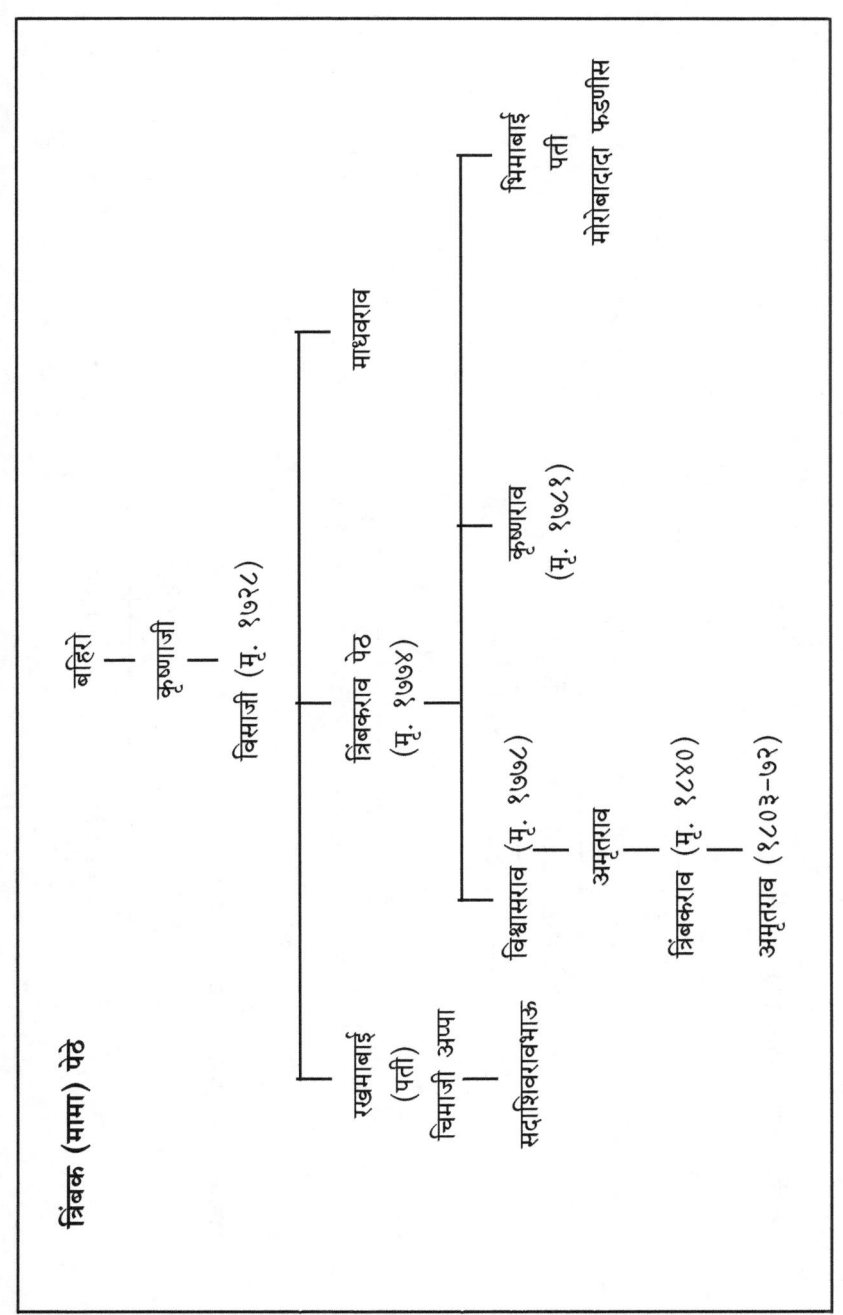

विंचक (मामा) पेठे

बहिरो
|
कृष्णाजी
|
विसाजी (मृ. १७२८)
|
┌──────────────────┼──────────────────┐
रखमाबाई   त्रिंबकराव पेठ   माधवराव
(पत्नी)   (मृ. १७७४)
विमाजी अप्पा   ┌─────────┼─────────┐
सदाशिवरावभाऊ   विश्वासराव (मृ. १७७८)   कृष्णराव   बिमाबाई
                   | (मृ. १७८१)   पत्नी
                  अमृतराव   मोरोबादादा फडणीस
                   |
                  त्रिंबकराव (मृ. १८४०)
                   |
                  अमृतराव (१८०३-७२)

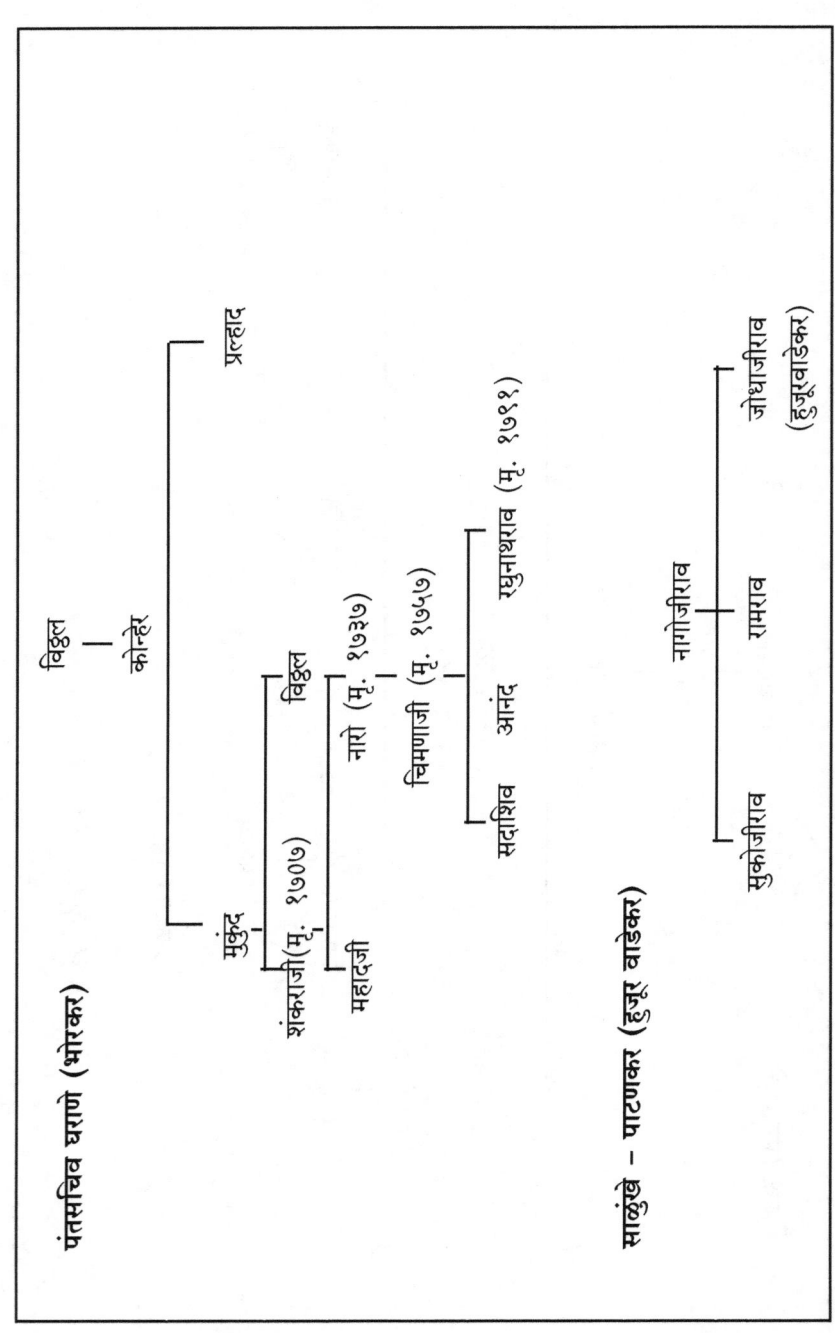

पंतसचिव घराणे (भोरकर)

विठ्ठल
कोन्हेर
मुकुंद
प्रल्हाद
शंकराजी(मृ. १७०७)
विठ्ठल
महादजी
नारो (मृ. १७३७)
चिमणाजी (मृ. १७५७)
सदाशिव
आनंद
रघुनाथराव (मृ. १७९१)

साळुंखे – पाटणकर (हुजूर वाडेकर)

नागोजीराव
सुकोजीराव
रामराव
जोधाजीराव
(हुजूरवाडेकर)

व्यंकटराव (अंदूरकर) मोकाशी प्रभू

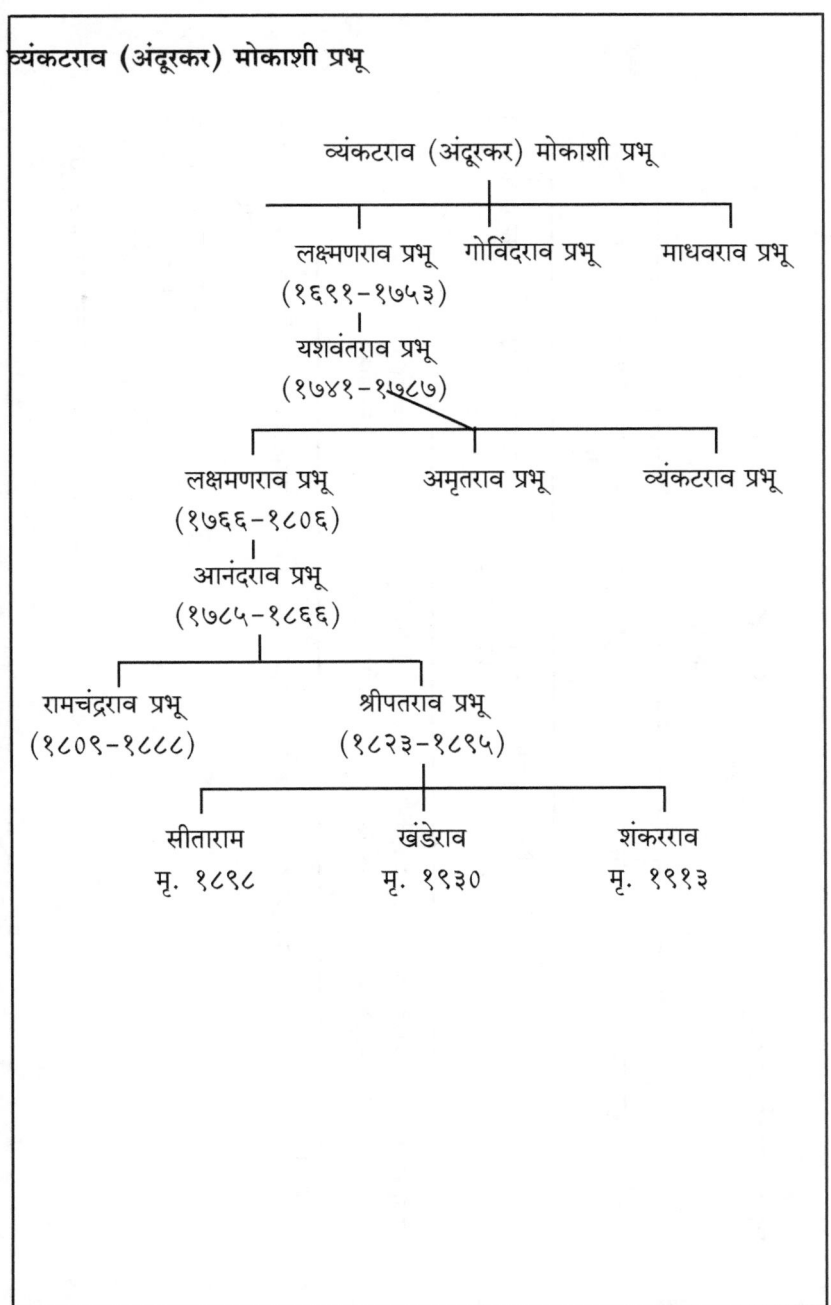

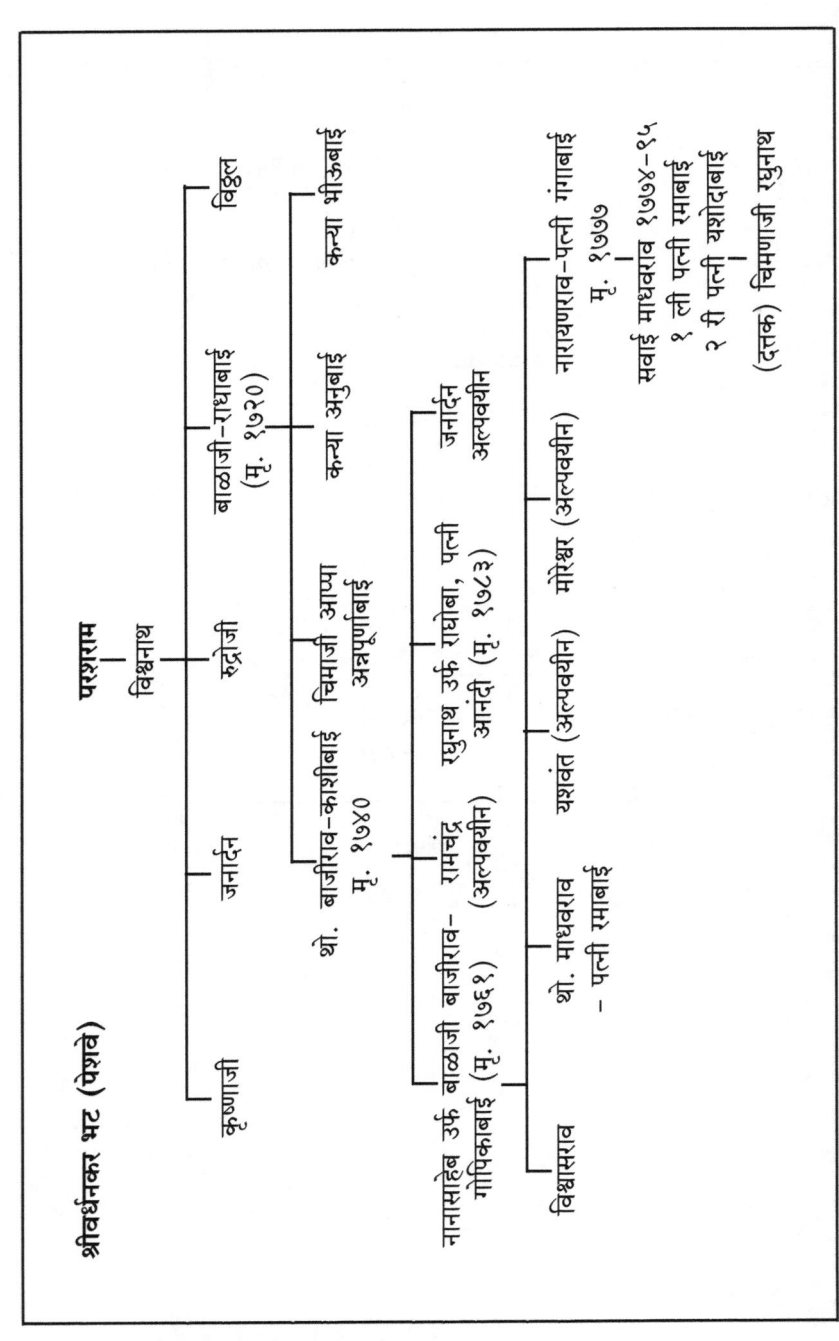

श्रीवर्धनकर भट (पेशवे)

परशुराम
विश्वनाथ

कृष्णाजी   जनार्दिन   रुद्रोजी   बाळाजी-राधाबाई   विठ्ठल
                                                              (मृ. १७२०)

श्री. बाजीराव-काशीबाई   चिमाजी आपा   कन्या अनुबाई   कन्या भिऊबाई
मृ. १७४०   अनुपूणाबाई

नानासाहेब उर्फ बाळाजी बाजीराव-   रामचंद्र   रघुनाथ उर्फ राघोबा, पत्नी   जनार्दिन
गोपिकाबाई (मृ. १७६१)   (अल्पवयीन)   आनंदी (मृ. १७८३)   अल्पवयीन

विश्वासराव   श्री. माधवराव   यशवंत   मोरेश्वर   नारायणराव-पत्नी गंगाबाई
           - पत्नी रमाबाई   (अल्पवयीन)   (अल्पवयीन)   मृ. १७७३

                                        सवाई माधवराव १७७४-९५
                                        १ ली पत्नी रमाबाई
                                        २ री पत्नी यशोदाबाई
                                        (दत्तक) चिमणाजी रघुनाथ

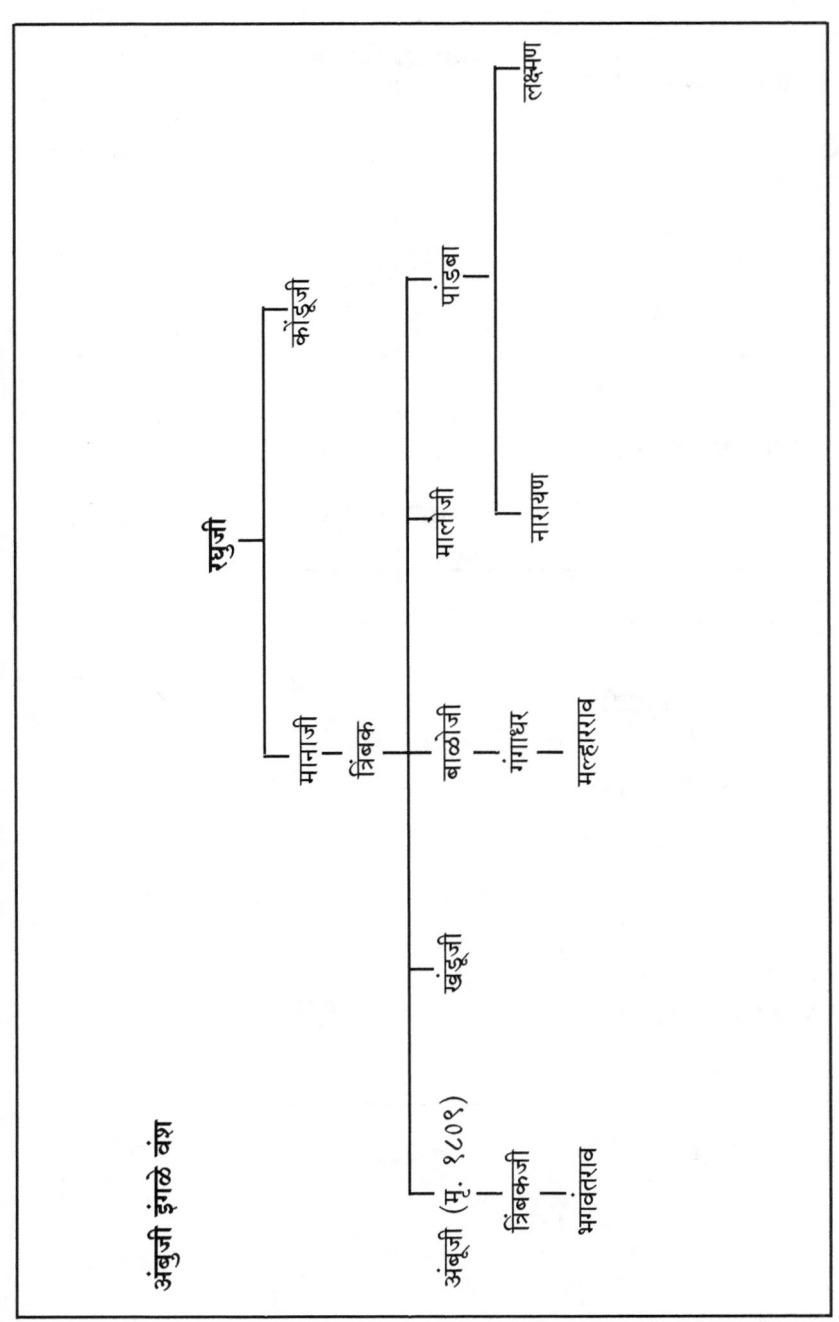

अंबुजी इंगळे वंश

रघुजी
├── मानाजी
│   त्रिंबक
│   └── कोंडजी
└── मालोजी

अंबुजी (मृ. १७०१)
  खंडुजी
  बाळोजी
  मानाजी
  त्रिंबक
  कोंडजी
  मालोजी
  पांडबा
  लक्ष्मण
  नारायण
  गंगाधर
  मल्हारराव
  त्रिंबकजी
  भगवंतराव

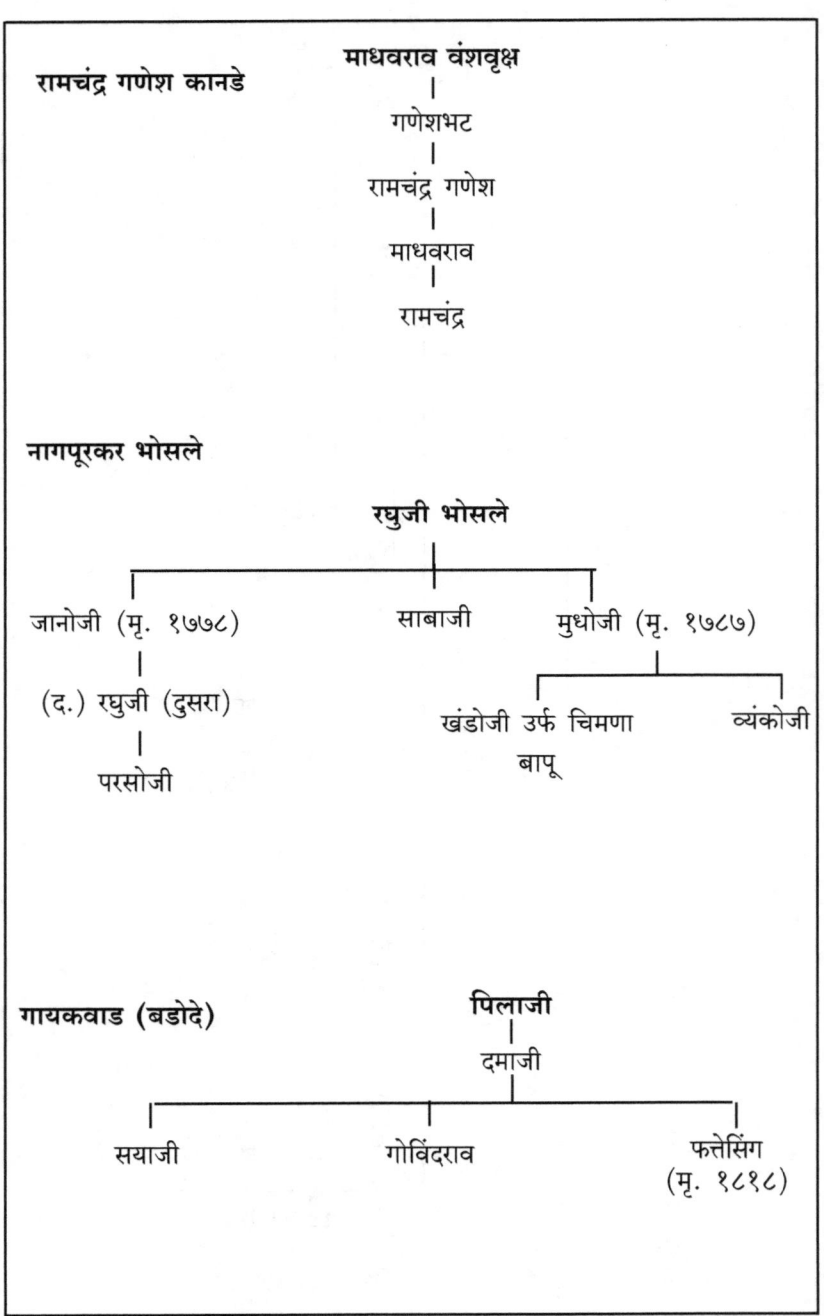

रामचंद्र गणेश कानडे

माधवराव वंशवृक्ष

गणेशभट
|
रामचंद्र गणेश
|
माधवराव
|
रामचंद्र

नागपूरकर भोसले

रघुजी भोसले

- जानोजी (मृ. १७७८)
  - (द.) रघुजी (दुसरा)
    - परसोजी
- साबाजी
- मुधोजी (मृ. १७८७)
  - खंडोजी उर्फ चिमणा बापू
  - व्यंकोजी

गायकवाड (बडोदे)

पिलाजी
|
दमाजी

- सयाजी
- गोविंदराव
- फत्तेसिंग (मृ. १८१८)

होळकर घराणे

- **मल्हारजी (ज. १६९३ मृ. १७६६)**
  - महादजी
  - बापूजी
  - हेगुजी
    - खंडूजी
      - मल्हारराव
        पत्नी, गौतमीबाई
        - खंडेराव (मृ. १७५४)
          पत्नी अहिल्याबाई
          - मालराव
          - मुक्ताबाई

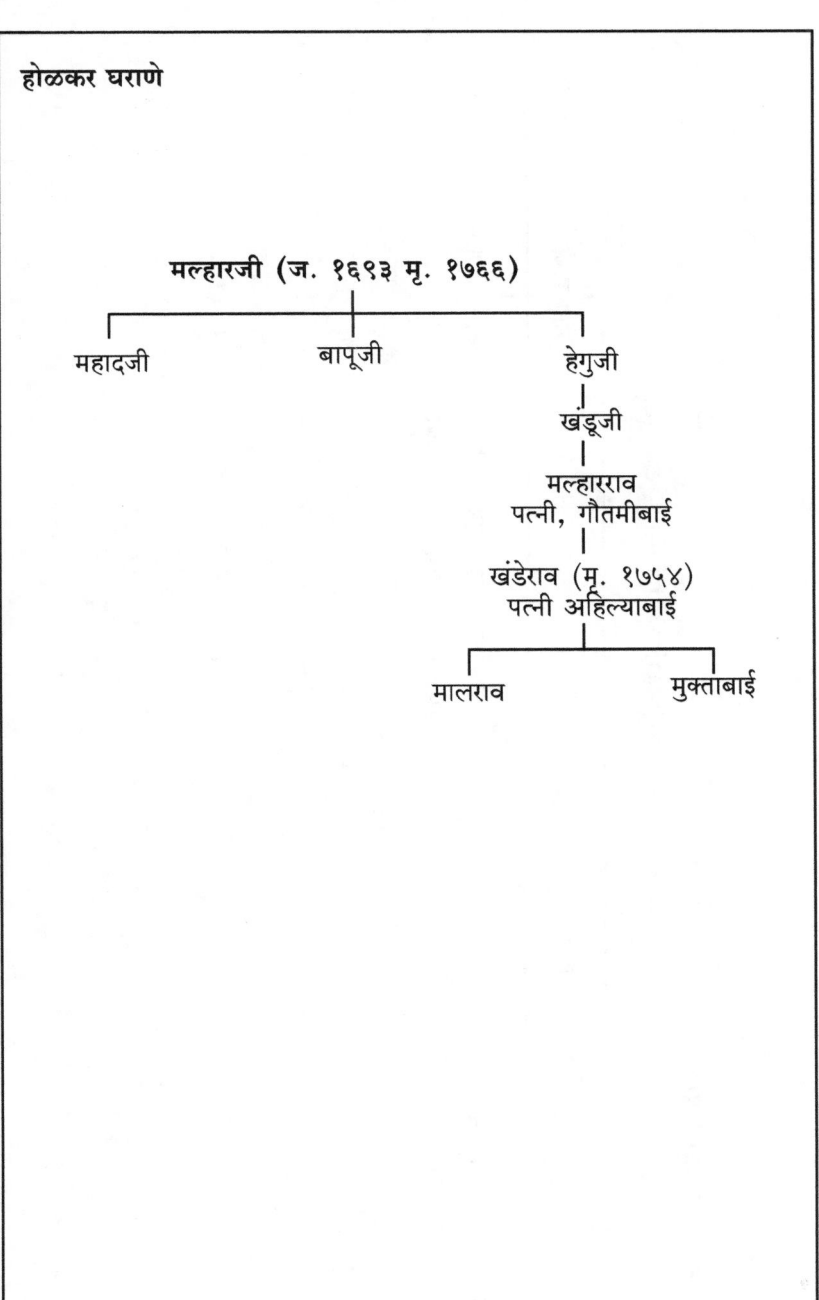

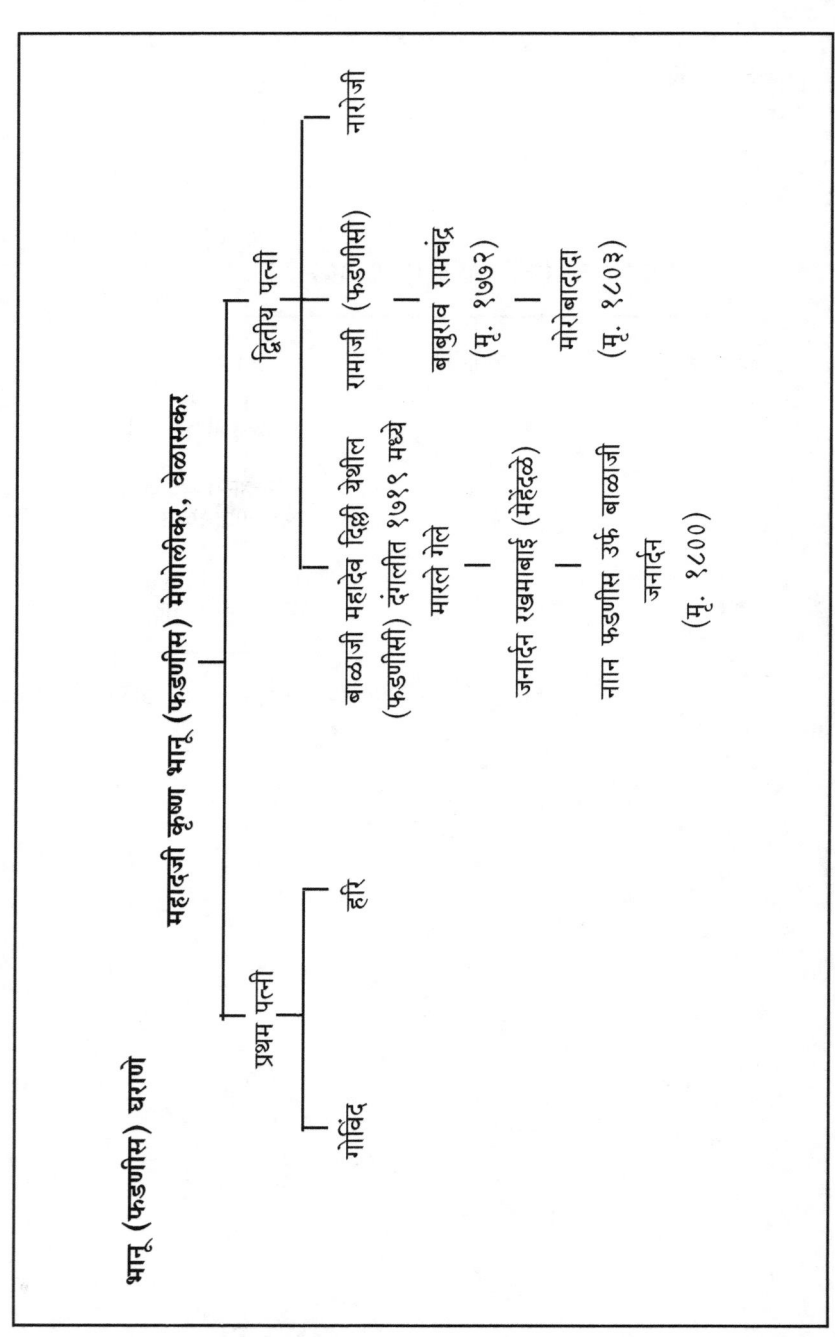

भानू (फडणीस) घराणे

महादजी कृष्ण भानू (फडणीस) मेणोलीकर, वेळासकर

प्रथम पत्नी — गोविंद, हरि

द्वितीय पत्नी

बाळाजी महादेव दिल्ली येथील (फडणीसी) दंगलीत १७१९ मध्ये मारले गेले
— जनार्दन रखमाबाई (मेंहेंदळे)
— नाम फडणीस उर्फ बाळाजी जनार्दन (मृ. १८००)

रामाजी (फडणीसी) — बाबुराव रामचंद्र (मृ. १७७२) — मोरोबादादा (मृ. १८०३)

नारोजी

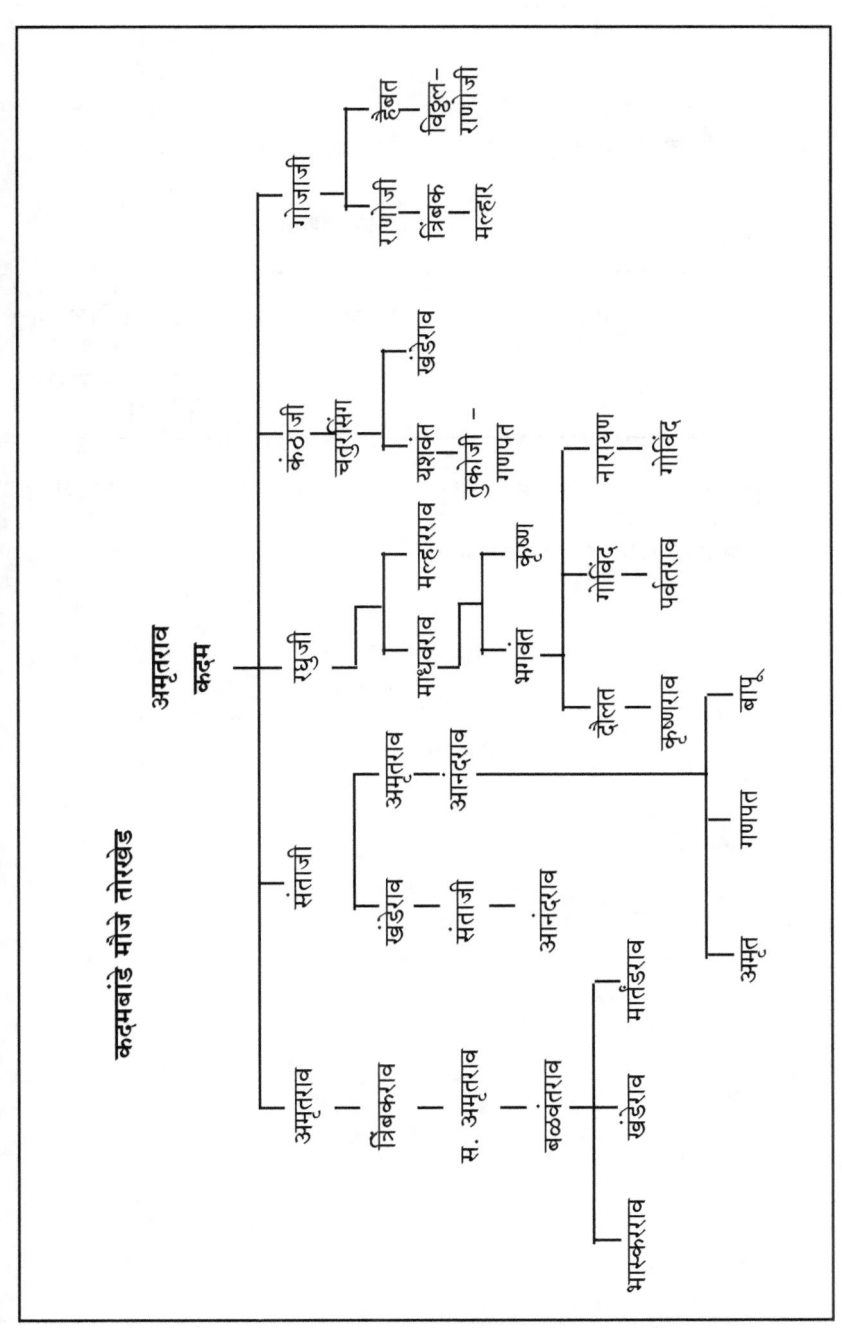

कदमबांडे मौजे तोरखेड

अमृतराव कदम

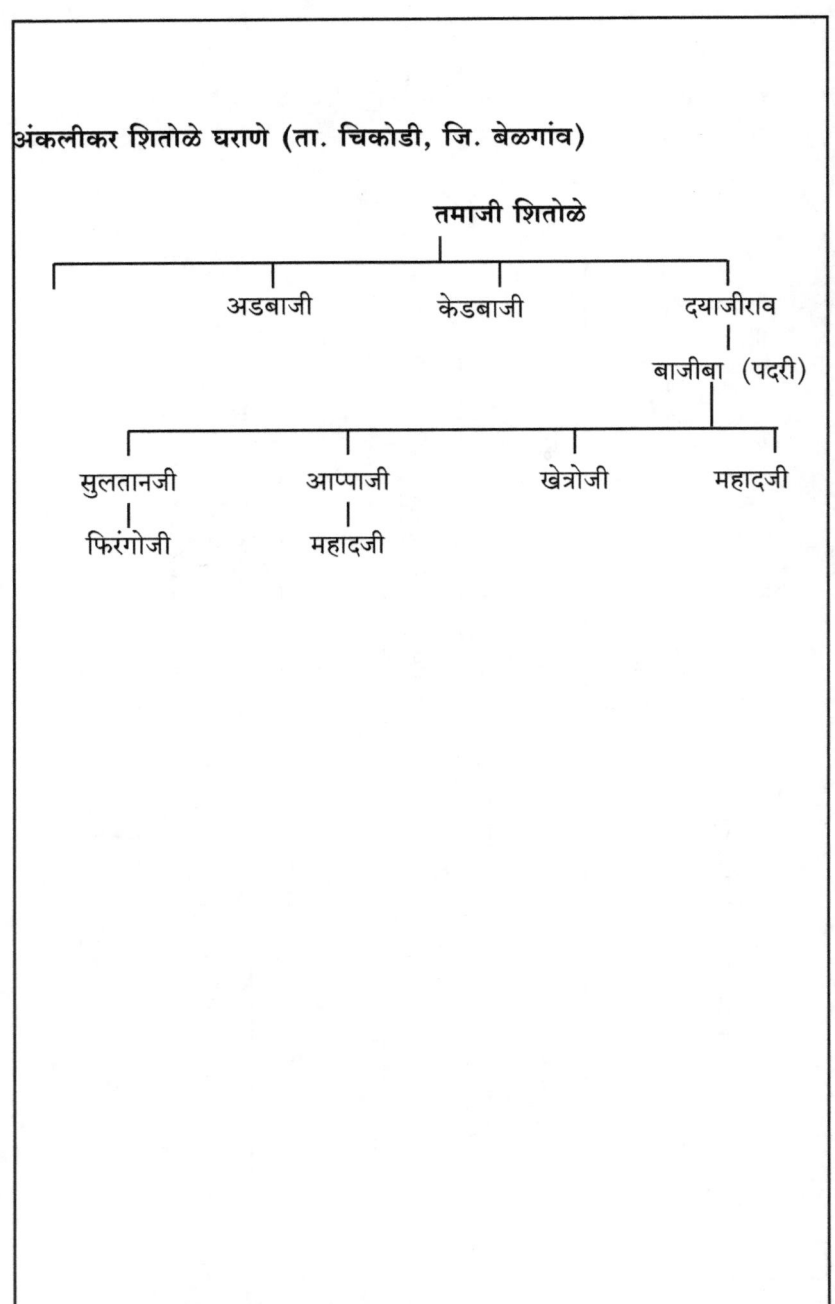

अंकलीकर शितोळे घराणे (ता. चिकोडी, जि. बेळगांव)

तमाजी शितोळे

- अडबाजी
- केडबाजी
- दयाजीराव
  - बाजीबा (पदरी)
    - सुलतानजी
      - फिरंगोजी
    - आप्पाजी
      - महादजी
    - खेत्रोजी
    - महादजी

त्र्यंबकपंत
कोन्हर – एकबोटे
नारो
रंगो
त्रिंबक
यशवंत
नृसिंह
रामराव
बाजी
गोपाळ
व्यंकटराव
बापू
गंगाधर
नारायण
रामराव
दाजीबा
कोन्हेर
पांडोबा
व्यंकू
नारायण

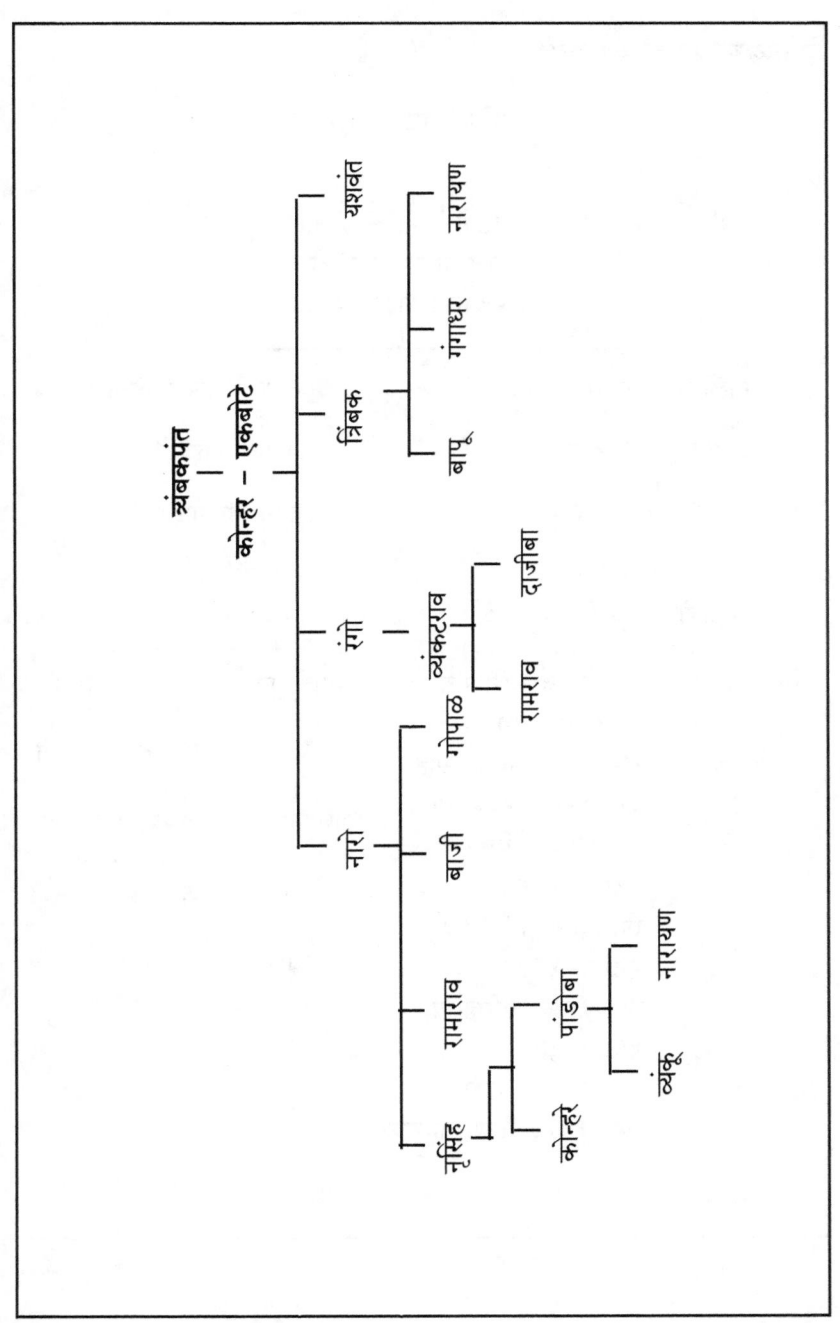

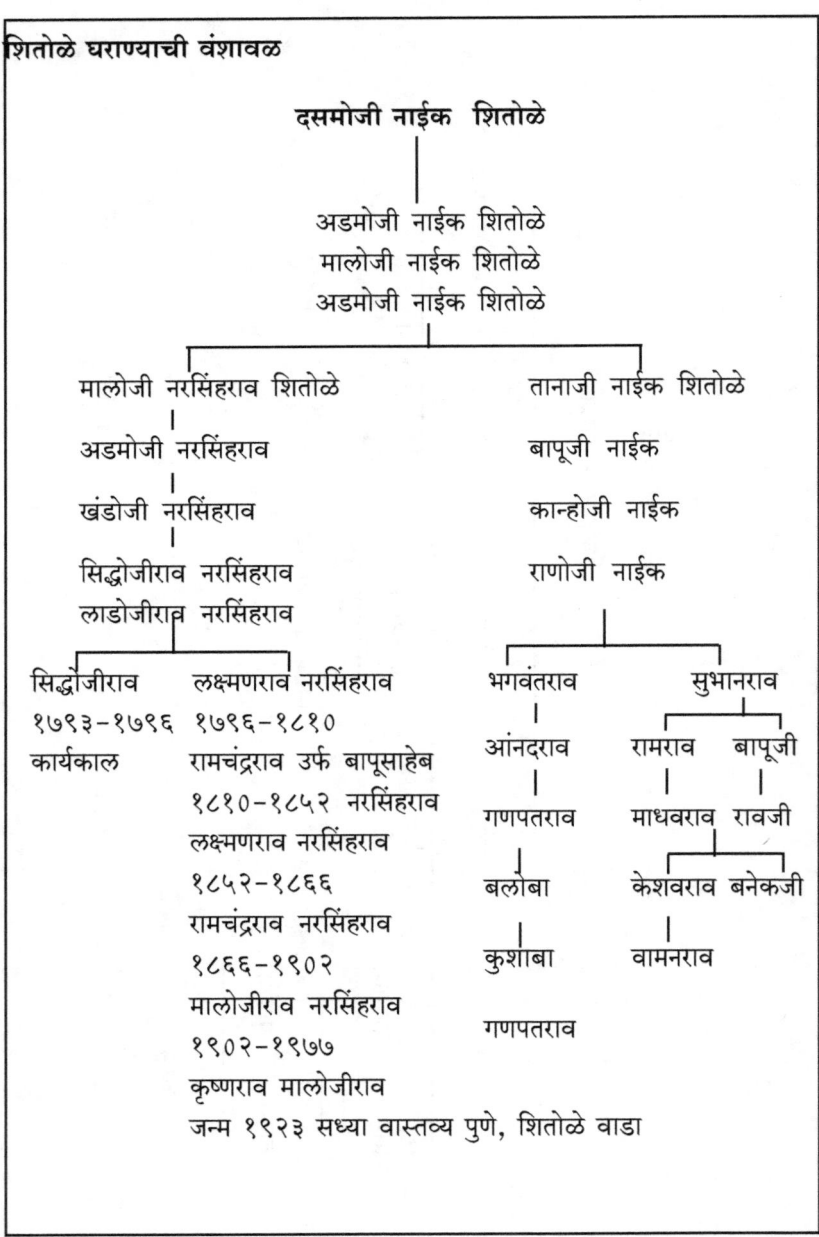

शितोळे घराण्याची वंशावळ

दसमोजी नाईक शितोळे

अडमोजी नाईक शितोळे

मालोजी नाईक शितोळे

अडमोजी नाईक शितोळे

- मालोजी नरसिंहराव शितोळे
  - अडमोजी नरसिंहराव
  - खंडोजी नरसिंहराव
  - सिद्धोजीराव नरसिंहराव
  - लाडोजीराव नरसिंहराव
    - सिद्धोजीराव १७९३-१७९६ कार्यकाल
    - लक्ष्मणराव नरसिंहराव १७९६-१८१०
      - रामचंद्रराव उर्फ बापूसाहेब १८१०-१८५२ नरसिंहराव
      - लक्ष्मणराव नरसिंहराव १८५२-१८६६
      - रामचंद्रराव नरसिंहराव १८६६-१९०२
      - मालोजीराव नरसिंहराव १९०२-१९७७
      - कृष्णराव मालोजीराव जन्म १९२३ सध्या वास्तव्य पुणे, शितोळे वाडा
- तानाजी नाईक शितोळे
  - बापूजी नाईक
  - कान्होजी नाईक
  - राणोजी नाईक
    - भगवंतराव
      - आंनदराव
      - गणपतराव
      - बलोबा
      - कुशाबा
      - गणपतराव
    - सुभानराव
      - रामराव
        - माधवराव
          - केशवराव
            - वामनराव
          - बनेकजी
      - बापूजी
        - रावजी

संदर्भ ग्रंथ सूची

आपटे द. वि. - मुधोळकर घोरपडे घराण्याचा इतिहास

कुलकर्णी डॉ. अ. रा. - संपादक, मराठ्यांचा इतिहास, खंड ३

केळकर य. न. - ऐतिहासिक अप्रसिद्ध गोष्टी

घाणेकर प्रा. प्र. के. - स्मरणयात्रा

चित्राव डॉ. सिद्धेश्वरशास्त्री - मध्ययुगीन चरित्र कोश

जोशी पंडित महादेवशास्त्री - भारतीय संस्कृतिकोश

जोशी सु.ह., डॉ. कुलकर्णी म. रा. इत्यादी - डायमंड इतिहास माहितीकोश

जोशी - भोरच्या सचिव घराण्याचा इतिहास

दळवी - मराठे कुळांचा इतिहास

दापूरकर सुनील - श्री. प. पू. गगनगिरी महाराज गौरव ग्रंथ

देशपांडे दिगंबर महादेव वंशावळ - भारतीय साम्राज्यशाहीची सहा हजार वर्षाची वंशावळ व संक्षिप्त माहिती.

पारसनीस द.ब. - इतिहास संग्रह

पाळंदे आनंद - राजगड

पुरंदरे शिवशाहीर ब. मो. - राजा शिवछत्रपती

मोकाशी - आंधळीकर देशपांडे (मोकाशी) घराण्याचा इतिहास

शितोळे श्रीमती - सरदार शितोळे घराण्याचा इतिहास

शिवदे डॉ. सदाशिव - कान्होजी आंग्रे

सरदेसाई गो. स. - मराठी रियासत

❑❑